TRANZLATY

La Langue est pour tout le Monde

Tungumál er fyrir alla

L'appel de la forêt

Kallið í villidýrinu

Jack London

Français / Íslenska

Dans le primitif
Inn í frumstæðni

Buck ne lisait pas les journaux
Buck las ekki blöðin.
S'il avait lu les journaux, il aurait su que des problèmes se préparaient.
Hefði hann lesið blöðin hefði hann vitað að vandræði væru í uppsiglingu.
Il y avait des problèmes non seulement pour lui-même, mais pour tous les chiens de la marée.
Það voru ekki aðeins vandræði fyrir hann sjálfan, heldur fyrir alla sjávarfallahunda.
Tout chien musclé et aux poils longs et chauds allait avoir des ennuis.
Allir hundar með vöðvastælta úlnlið og heitt, langt feld myndu lenda í vandræðum.
De Puget Bay à San Diego, aucun chien ne pouvait échapper à ce qui allait arriver.
Frá Puget-flóa til San Diego gat enginn hundur sloppið við það sem var í væntdum.
Des hommes, tâtonnant dans l'obscurité de l'Arctique, avaient trouvé un métal jaune.
Menn, sem þreifuðu í myrkrinu á norðurslóðum, höfðu fundið gulan málm.
Les compagnies de navigation et de transport étaient à la recherche de cette découverte.
Gufuskipa- og flutningafyrirtæki eltu uppgötvunina.
Des milliers d'hommes se précipitaient vers le Nord.
Þúsundir manna þustu inn í Norðurlandið.
Ces hommes voulaient des chiens, et les chiens qu'ils voulaient étaient des chiens lourds.
Þessir menn vildu hunda, og hundarnir sem þeir vildu voru þungir hundar.
Chiens dotés de muscles puissants pour travailler.
Hundar með sterka vöðva til að strita með.

Chiens avec des manteaux de fourrure pour les protéger du gel.
Hundar með loðinn feld til að vernda þá fyrir frosti.

Buck vivait dans une grande maison dans la vallée ensoleillée de Santa Clara.
Buck bjó í stóru húsi í sólkysstu Santa Clara-dalnum.

La maison du juge Miller s'appelait ainsi.
Hús dómara Millers, var kallað.

Sa maison se trouvait en retrait de la route, à moitié cachée parmi les arbres.
Hús hans stóð til hliðar frá veginum, hálf falið meðal trjánna.

On pouvait apercevoir la large véranda qui courait autour de la maison.
Maður gat fengið innsýn í breiða veröndina sem lá umhverfis húsið.

On accédait à la maison par des allées gravillonnées.
Aðkoma að húsinu var um malbikaðar innkeyrslur.

Les sentiers serpentaient à travers de vastes pelouses.
Göngustígarnir lágu um víðfeðmar grasflötur.

Au-dessus de nos têtes se trouvaient les branches entrelacées de grands peupliers.
Fyrir ofan voru fléttaðar greinar hárra ösptrjáa.

À l'arrière de la maison, les choses étaient encore plus spacieuses.
Að aftanverðu í húsinu var enn rúmbetra.

Il y avait de grandes écuries, où une douzaine de palefreniers discutaient
Þar voru stór hesthús, þar sem tylft brúðguma voru að spjalla saman

Il y avait des rangées de maisons de serviteurs recouvertes de vigne
Þar voru raðir af vínviðarklæddum þjónustuhúsum

Et il y avait une gamme infinie et ordonnée de toilettes extérieures
Og þar var endalaus og skipulögð röð útihúsa

Longues tonnelles de vigne, pâturages verts, vergers et parcelles de baies.

Langar vínberjaskálar, grænir hagar, ávaxtargarðar og berjatré.

Ensuite, il y avait l'usine de pompage du puits artésien.

Þá var þar dælustöðin fyrir handgerða brunninn.

Et il y avait le grand réservoir en ciment rempli d'eau.

Og þar var stóri sementtankurinn fullur af vatni.

C'est ici que les garçons du juge Miller ont fait leur plongeon matinal.

Hér tóku drengir dómara Millers morgundýfu sína.

Et ils se sont rafraîchis là-bas aussi dans l'après-midi chaud.

Og þau kældu sig líka þar í heitum síðdegis.

Et sur ce grand domaine, Buck était celui qui régnait sur tout.

Og yfir þessu mikla léni réði Buck öllu.

Buck est né sur cette terre et y a vécu toutes ses quatre années.

Buck fæddist á þessu landi og bjó hér öll sín fjögur ár.

Il y avait bien d'autres chiens, mais ils n'avaient pas vraiment d'importance.

Það voru vissulega aðrir hundar, en þeir skiptu í raun engu máli.

D'autres chiens étaient attendus dans un endroit aussi vaste que celui-ci.

Búist var við öðrum hundum á jafn víðáttumiklum stað og þessum.

Ces chiens allaient et venaient, ou vivaient à l'intérieur des chenils très fréquentés.

Þessir hundar komu og fóru, eða bjuggu inni í annasömum hundahúsum.

Certains chiens vivaient cachés dans la maison, comme Toots et Ysabel.

Sumir hundar bjuggu í földum húsinu, eins og Toots og Ysabel gerðu.

Toots était un carlin japonais, Ysabel un chien nu mexicain.

Toots var japanskur mopshundur en Ysabel var mexíkóskur hárlaus hundur.

Ces étranges créatures sortaient rarement de la maison.

Þessar furðulegu verur fóru sjaldan út fyrir húsið.

Ils n'ont pas touché le sol, ni respiré l'air libre à l'extérieur.

Þau snertu ekki jörðina né lyktuðu út í bert loftið fyrir utan.

Il y avait aussi les fox-terriers, au moins une vingtaine.

Þar voru líka foxterrierarnir, að minnsta kosti tuttugu að tölu.

Ces terriers aboyaient férocement sur Toots et Ysabel à l'intérieur.

Þessir terrierhundar geltu grimmilega á Toots og Ysabel innandyra.

Toots et Ysabel sont restés derrière les fenêtres, à l'abri du danger.

Toots og Ysabel dvöldu á bak við glugga, óhultar fyrir meiðsli.

Ils étaient gardés par des domestiques munies de balais et de serpillères.

Þey voru gætt af vinnukonum með kústum og moppum.

Mais Buck n'était pas un chien de maison, et il n'était pas non plus un chien de chenil.

En Buck var enginn húshundur og hann var heldur enginn hundahundur.

L'ensemble de la propriété appartenait à Buck comme son royaume légitime.

Öll eignin tilheyrði Buck sem hans réttmæta ríki.

Buck nageait dans le réservoir ou partait à la chasse avec les fils du juge.

Buck synti í fiskibúrinu eða fór á veiðar með sonum dómarans.

Il marchait avec Mollie et Alice tôt ou tard le soir.

Hann gekk með Mollie og Alice snemma eða seint á kvöldin.

Lors des nuits froides, il s'allongeait devant le feu de la bibliothèque avec le juge.

Á köldum nóttum lá hann fyrir framan arineldinn í bókasafninu með dómaranum.

Buck a promené les petits-fils du juge sur son dos robuste.

Buck ók barnabörnum dómarans á sterkum baki sínu.

Il roula dans l'herbe avec les garçons, les surveillant de près.
Hann velti sér í grasinu með strákunum og gætti þeirra náið.
Ils s'aventurèrent jusqu'à la fontaine et même au-delà des
champs de baies.
Þau voguðu sér að gosbrunninum og jafnvel fram hjá
berjaökrunum.
Parmi les fox terriers, Buck marchait toujours avec une fierté
royale.
Meðal foxterrieranna gekk Buck alltaf með konunglega stolti.
Il ignora Toots et Ysabel, les traitant comme s'ils étaient de
l'air.
Hann hunsaði Toots og Ysabel og kom fram við þau eins og
þau væru loft.
Buck régnait sur toutes les créatures vivantes sur les terres
du juge Miller.
Buck réði yfir öllum lifandi verum á landi dómara Millers.
Il régnait sur les animaux, les insectes, les oiseaux et même
les humains.
Hann réði yfir dýrum, skordýrum, fuglum og jafnvel
mönnum.
Le père de Buck, Elmo, était un énorme et fidèle Saint-
Bernard.
Faðir Bucks, Elmo, hafði verið risastór og tryggur Sankti
Bernharðshundur.
Elmo n'a jamais quitté le juge et l'a servi fidèlement.
Elmo vék aldrei frá dómaranum og þjónaði honum dyggilega.
Buck semblait prêt à suivre le noble exemple de son père.
Buck virtist tilbúinn að fylgja göfugu fordæmi föður síns.
Buck n'était pas aussi gros, pesant cent quarante livres.
Buck var ekki alveg eins stór, vó hundrað og fjörutíu pund.
Sa mère, Shep, était un excellent chien de berger écossais.
Móðir hans, Shep, hafði verið góður skoskur fjárhundur.
Mais même avec ce poids, Buck marchait avec une présence
royale.
En jafnvel með þessari þyngd gekk Buck með konunglegri
nærveru.

Cela venait de la bonne nourriture et du respect qu'il recevait toujours.

Þetta kom frá góðum mat og þeirri virðingu sem hann naut alltaf.

Pendant quatre ans, Buck a vécu comme un noble gâté.

Í fjögur ár hafði Buck lifað eins og spilltur aðalsmaður.

Il était fier de lui, et même légèrement égoïste.

Hann var stoltur af sjálfum sér, og jafnvel dálítið sjálfselskur.

Ce genre de fierté était courant chez les seigneurs des régions reculées.

Þessi tegund af stolti var algeng meðal afskekktra sveitahöfðingja.

Mais Buck s'est sauvé de devenir un chien de maison choyé.

En Buck bjargaði sér frá því að verða dekurhundur í húsinu.

Il est resté mince et fort grâce à la chasse et à l'exercice.

Hann hélt sér grannum og sterkum í gegnum veiðar og hreyfingu.

Il aimait profondément l'eau, comme les gens qui se baignent dans les lacs froids.

Hann elskaði vatnið innilega, eins og fólk sem baðar sig í köldum vötnum.

Cet amour pour l'eau a gardé Buck fort et en très bonne santé.

Þessi ást á vatni hélt Buck sterkum og mjög heilbrigðum.

C'était le chien que Buck était devenu à l'automne 1897.

Þetta var hundurinn sem Buck hafði orðið haustið 1897.

Lorsque la découverte du Klondike a attiré des hommes vers le Nord gelé.

Þegar árásin í Klondike dró menn til hins frosna norðurs.

Des gens du monde entier se sont précipités vers ce pays froid.

Fólk streymdi hvaðanæva að úr heiminum inn í kalda landið.

Buck, cependant, ne lisait pas les journaux et ne comprenait pas les nouvelles.

Buck las hins vegar hvorki blöðin né skildi fréttir.

Il ne savait pas que Manuel était un homme désagréable à fréquenter.

Hann vissi ekki að það væri vondur maður að vera nálægt
Manuel.

Manuel, qui aidait au jardin, avait un problème grave.
Manuel, sem hjálpaði til í garðinum, átti við alvarleg
vandamál að stríða.

Manuel était accro aux jeux de loterie chinois.
Manuel var háður fjárhættuspilum í kínverska lottóinu.

**Il croyait également fermement en un système fixe pour
gagner.**
Hann trúði einnig staðfastlega á fastmótað kerfi til að sigra.

Cette croyance rendait son échec certain et inévitable.
Sú trú gerði mistök hans örugg og óhjákvæmileg.

**Jouer un système exige de l'argent, ce qui manquait à
Manuel.**
Að spila kerfi krefst peninga, sem Manuel skorti.

**Son salaire suffisait à peine à subvenir aux besoins de sa
femme et de ses nombreux enfants.**
Laun hans dugðu varla til að framfleyta konu hans og mörg
börn.

La nuit où Manuel a trahi Buck, les choses étaient normales.
Nóttina sem Manuel sveik Buck voru hlutirnir eðlilegir.

**Le juge était présent à une réunion de l'Association des
producteurs de raisins secs.**
Dómarinn var á fundi rúsínuræktendafélags.

**Les fils du juge étaient alors occupés à former un club
d'athlétisme.**
Synir dómarans voru þá uppteknir við að stofna íþróttafélag.

Personne n'a vu Manuel et Buck sortir par le verger.
Enginn sá Manuel og Buck fara út um ávaxtargarðinn.

**Buck pensait que cette promenade n'était qu'une simple
promenade nocturne.**
Buck hélt að þessi göngutúr væri bara einföld næturrölt.

**Ils n'ont rencontré qu'un seul homme à la station du
drapeau, à College Park.**
Þau hittu aðeins einn mann á fánastöðinni, í College Park.

Cet homme a parlé à Manuel et ils ont échangé de l'argent.
Maðurinn talaði við Manuel og þeir skiptu á peningum.

« Emballez les marchandises avant de les livrer », a-t-il
suggéré.
„Pakkaðu vörunum inn áður en þú afhendir þær," lagði hann
til.
La voix de l'homme était rauque et impatiente lorsqu'il
parlait.
Rödd mannsins var hrjúf og óþolinmóð er hann talaði.
Manuel a soigneusement attaché une corde épaisse autour
du cou de Buck.
Manuel batt vandlega þykkt reipi um háls Bucks.
« Tournez la corde et vous l'étoufferez abondamment »
„Snúðu reipinu og þú munt kæfa hann mikið"
L'étranger émit un grognement, montrant qu'il comprenait
bien.
Ókunnugi maðurinn möglaði, sem sýndi að hann skildi vel.
Buck a accepté la corde avec calme et dignité tranquille ce
jour-là.
Buck tók við reipinu með ró og ró og reisn þann dag.
C'était un acte inhabituel, mais Buck faisait confiance aux
hommes qu'il connaissait.
Þetta var óvenjuleg athöfn, en Buck treysti mönnunum sem
hann þekkti.
Il croyait que leur sagesse allait bien au-delà de sa propre
pensée.
Hann trúði því að viska þeirra færi langt fram úr hans eigin
hugsun.
Mais ensuite la corde fut remise entre les mains de
l'étranger.
En þá var reipið afhent ókunnugum manni.
Buck émit un grognement sourd qui avertissait avec une
menace silencieuse.
Buck urraði lágt sem varaði hann við með hljóðlátri ógnun.
Il était fier et autoritaire, et voulait montrer son
mécontentement.
Hann var stoltur og valdsmaður og ætlaði sér að sýna
óánægju sína.

Buck pensait que son avertissement serait compris comme un ordre.

Buck taldi að viðvörun hans yrði skilin sem skipun.

À sa grande surprise, la corde se resserra rapidement autour de son cou épais.

Honum til mikillar undrunar hertist reipið fast um þykkan háls hans.

Son air fut coupé et il commença à se battre dans une rage soudaine.

Loft hans var skorið af og hann byrjaði að berjast í skyndilegri reiði.

Il s'est jeté sur l'homme, qui a rapidement rencontré Buck en plein vol.

Hann stökk á manninn, sem mætti Buck í loftinu þegar í stað.

L'homme attrapa Buck par la gorge et le fit habilement tourner dans les airs.

Maðurinn greip um háls Bucks og snéri honum listilega upp í loftið.

Buck a été violemment projeté au sol, atterrissant à plat sur le dos.

Buck féll harkalega niður og lenti flatt á bakinu.

La corde l'étranglait alors cruellement tandis qu'il donnait des coups de pied sauvages.

Reipið kæfði hann nú grimmilega á meðan hann sparkaði villt.

Sa langue tomba, sa poitrine se souleva, mais il ne reprit pas son souffle.

Tungan féll út, brjóst hans kipptist til, en hann náði ekki andanum.

Il n'avait jamais été traité avec une telle violence de sa vie.

Hann hafði aldrei á ævi sinni verið sýndur slíku ofbeldi.

Il n'avait jamais été rempli d'une fureur aussi profonde auparavant.

Hann hafði heldur aldrei áður verið fullur jafn djúprar reiði.

Mais le pouvoir de Buck s'est estompé et ses yeux sont devenus vitreux.

En kraftur Bucks dofnaði og augu hans urðu gljáandi.

Il s'est évanoui juste au moment où un train s'arrêtait à proximité.

Hann missti meðvitund rétt þegar lest var að stöðva þar í grenndinni.

Les deux hommes le jetèrent alors rapidement dans le fourgon à bagages.

Þá köstuðu mennirnir tveir honum í skyndi inn í farangursvagninn.

La chose suivante que Buck ressentit fut une douleur dans sa langue enflée.

Það næsta sem Buck fann var sársauki í bólginni tungunni.

Il se déplaçait dans un chariot tremblant, à peine conscient.

Hann var að hreyfa sig í skjálfandi vagni, aðeins með daufa meðvitund.

Le cri aigu d'un sifflet de train indiqua à Buck où il se trouvait.

Hvöss flaut lestarstöðvarinnar sagði Buck hvar hann var.

Il avait souvent roulé avec le juge et connaissait ce sentiment.

Hann hafði oft riðið með dómaranum og þekkti tilfinninguna.

C'était le choc unique de voyager à nouveau dans un fourgon à bagages.

Það var einstakt sjokk að ferðast aftur í farangursvagni.

Buck ouvrit les yeux et son regard brûla de rage.

Buck opnaði augun og augnaráð hans brann af reiði.

C'était la colère d'un roi fier déchu de son trône.

Þetta var reiði stolts konungs sem tekinn var af hásæti sínu.

Un homme a tenté de l'attraper, mais Buck a frappé en premier.

Maður rétti út höndina til að grípa hann, en Buck hjó fyrst til.

Il enfonça ses dents dans la main de l'homme et la serra fermement.

Hann setti tennurnar í hönd mannsins og hélt fast í hana.

Il ne l'a pas lâché jusqu'à ce qu'il s'évanouisse une deuxième fois.

Hann sleppti ekki fyrr en hann missti meðvitund í annað sinn.

« Ouais, il a des crises », murmura l'homme au bagagiste.

„Já, fær köst," muldraði maðurinn að farangursmanninum.

Le bagagiste avait entendu la lutte et s'était approché.

Farangursmaðurinn hafði heyrt átökin og kom nær.

« Je l'emmène à Frisco pour le patron », a expliqué l'homme.

„Ég fer með hann til Frisco fyrir yfirmanninn," útskýrði maðurinn.

« Il y a un excellent vétérinaire qui dit pouvoir les guérir. »

„Þar er góður hundalæknir sem segist geta læknað þá."

Plus tard dans la soirée, l'homme a donné son propre récit complet.

Seinna um kvöldið gaf maðurinn sína eigin fullu frásögn.

Il parlait depuis un hangar derrière un saloon sur les quais.

Hann talaði úr skúr fyrir aftan krá á bryggjunni.

« Tout ce qu'on m'a donné, c'était cinquante dollars », se plaignit-il au vendeur du saloon.

„Ég fékk bara fimmtíu dollara," kvartaði hann við kráarmanninn.

« Je ne le referais pas, même pour mille dollars en espèces. »

„Ég myndi ekki gera þetta aftur, ekki einu sinni fyrir þúsund í reiðufé."

Sa main droite était étroitement enveloppée dans un tissu ensanglanté.

Hægri hönd hans var þétt vafin inn í blóðugan klút.

Son pantalon était déchiré du genou au pied.

Buxnaskálminn hans var rifinn gátt frá hné niður að tám.

« Combien a été payé l'autre idiot ? » demanda le vendeur du saloon.

„Hvað fékk hinn krakkanum greitt?" spurði kráarmaðurinn.

« Cent », répondit l'homme, « il n'accepterait pas un centime de moins. »

„Hundrað," svaraði maðurinn, „hann myndi ekki þiggja eyri minna."

« Cela fait cent cinquante », dit le vendeur du saloon.

„Það eru hundrað og fimmtíu," sagði kráarmaðurinn.

« Et il vaut tout ça, sinon je ne suis pas meilleur qu'un imbécile. »

„Og hann er þess virði, annars er ég ekki betri en fáviti."

L'homme ouvrit les emballages pour examiner sa main.
Maðurinn opnaði umbúðirnar til að skoða hönd sína.
La main était gravement déchirée et couverte de sang séché.
Höndin var illa rifin og þakin þurrkuðu blóði.
« Si je n'ai pas l' hydrophobie... » commença-t-il à dire.
„Ef ég fæ ekki vatnsfælnina ..." byrjaði hann að segja.
« Ce sera parce que tu es né pour être pendu », dit-il en riant.
„Það verður af því að þú fæddist til að hanga," heyrðist hlátur.
« Viens m'aider avant de partir », lui a-t-on demandé.
„Komdu og hjálpaðu mér áður en þú ferð," var hann beðinn
um að gera það.
Buck était dans un état second à cause de la douleur dans sa
langue et sa gorge.
Buck var í ringlun af verkjum í tungu og hálsi.
Il était à moitié étranglé et pouvait à peine se tenir debout.
Hann var hálfkyrktur og gat varla staðið uppréttur.
Pourtant, Buck essayait de faire face aux hommes qui
l'avaient blessé ainsi.
Samt reyndi Buck að horfast í augu við mennina sem höfðu
sært hann svo mikið.
Mais ils le jetèrent à terre et l'étranglèrent une fois de plus.
En þeir köstuðu honum niður og kæfðu hann enn á ný.
Ce n'est qu'à ce moment-là qu'ils ont pu scier son lourd
collier de laiton.
Þá fyrst gátu þeir sagað af honum þunga messingkragann.
Ils ont retiré la corde et l'ont poussé dans une caisse.
Þeir fjarlægðu reipið og tróðu honum ofan í kassa.
La caisse était petite et avait la forme d'une cage en fer brut.
Kistlan var lítil og í laginu eins og gróft járnbúr.
Buck resta allongé là toute la nuit, rempli de colère et
d'orgueil blessé.
Buck lá þar alla nóttina, fullur reiði og særðs stolts.
Il ne pouvait pas commencer à comprendre ce qui lui
arrivait.
Hann gat ekki byrjað að skilja hvað var að gerast við hann.
Pourquoi ces hommes étranges le gardaient-ils dans cette
petite caisse ?

Hvers vegna voru þessir undarlegu menn að halda honum í þessum litla búr?

Que voulaient-ils de lui et pourquoi cette cruelle captivité ?

Hvað vildu þeir honum, og hvers vegna þessi grimmilega fangahald?

Il ressentait une pression sombre, un sentiment de catastrophe qui se rapprochait.

Hann fann fyrir dimmum þrýstingi; tilfinningu um að ógæfa væri að nálgast.

C'était une peur vague, mais elle pesait lourdement sur son esprit.

Þetta var óljós ótti, en hann setti þungt strik í anda hans.

Il a sursauté à plusieurs reprises lorsque la porte du hangar a claqué.

Nokkrum sinnum stökk hann upp þegar skúrhurðin nötraði.

Il s'attendait à ce que le juge ou les garçons apparaissent et le sauvent.

Hann bjóst við að dómarinn eða strákarnir myndu birtast og bjarga honum.

Mais à chaque fois, seul le gros visage du tenancier de bar apparaissait à l'intérieur.

En aðeins feita andlit kráareigandans kíkti inn í hvert skipti.

Le visage de l'homme était éclairé par la faible lueur d'une bougie de suif.

Andlit mannsins var lýst upp af daufri birtu frá tólgkerti.

À chaque fois, l'aboiement joyeux de Buck se transformait en un grognement bas et colérique.

Í hvert skipti breyttist glaðvært gelt Bucks í lágt, reiðilegt urr.

Le tenancier du saloon l'a laissé seul pour la nuit dans la caisse

Kjöthússtjórinn skildi hann eftir einan í búrinu um nóttina.

Mais quand il se réveilla le matin, d'autres hommes arrivèrent.

En þegar hann vaknaði um morguninn komu fleiri menn.

Quatre hommes sont venus et ont ramassé la caisse avec précaution, sans un mot.

Fjórir menn komu og tóku kassann varlega upp án þess að segja orð.

Buck comprit immédiatement dans quelle situation il se trouvait.

Buck vissi strax í hvaða stöðu hann var staddur.

Ils étaient d'autres bourreaux qu'il devait combattre et craindre.

Þau voru enn frekari kvalarar sem hann þurfti að berjast við og óttast.

Ces hommes avaient l'air méchants, en haillons et très mal soignés.

Þessir menn litu út fyrir að vera illgjarnir, tötralegir og mjög illa snyrtir.

Buck grogna et se jeta férocement sur eux à travers les barreaux.

Buck urraði og þaut grimmilega á þá í gegnum rimlana.

Ils se sont contentés de rire et de le frapper avec de longs bâtons en bois.

Þau bara hlógu og stungu í hann með löngum tréprikum.

Buck a mordu les bâtons, puis s'est rendu compte que c'était ce qu'ils aimaient.

Buck beit í prikin en áttaði sig svo á að það var það sem þeim líkaði.

Il s'allongea donc tranquillement, maussade et brûlant d'une rage silencieuse.

Svo lagðist hann niður hljóður, dapur og brennandi af hljóðlátri reiði.

Ils ont soulevé la caisse dans un chariot et sont partis avec lui.

Þau lyftu kassanum upp í vagn og óku á brott með hann.

La caisse, avec Buck enfermé à l'intérieur, changeait souvent de mains.

Kistunni, með Buck læstan inni í henni, skipti oft um hendur.

Les employés du bureau express ont pris les choses en main et l'ont traité brièvement.

Starfsmenn hraðskrifstofunnar tóku við stjórninni og afgreiddu hann stuttlega.

Puis un autre chariot transporta Buck à travers la ville bruyante.

Þá bar annar vagn Buck þvert yfir hávaðasama bæinn.

Un camion l'a emmené avec des cartons et des colis sur un ferry.

Vörubíll flutti hann með kassa og pakka um borð í ferju.

Après la traversée, le camion l'a déchargé dans un dépôt ferroviaire.

Eftir að hafa farið yfir svæðið losaði vörubíllinn hann við járnbrautarstöð.

Finalement, Buck fut placé dans une voiture express en attente.

Loksins var Buck settur inn í hraðvagn sem beið hans.

Pendant deux jours et deux nuits, les trains ont emporté la voiture express.

Í tvo daga og nætur drógu lestir hraðvagninn burt.

Buck n'a ni mangé ni bu pendant tout le douloureux voyage.

Buck hvorki át né drakk alla þessa erfiðu ferð.

Lorsque les messagers express ont essayé de l'approcher, il a grogné.

Þegar hraðboðarnir reyndu að nálgast hann urraði hann.

Ils ont réagi en se moquant de lui et en le taquinant cruellement.

Þau svöruðu með því að hæðast að honum og stríða honum grimmilega.

Buck se jeta sur les barreaux, écumant et tremblant

Buck kastaði sér að börunum, froðufullur og skjálfandi.

ils ont ri bruyamment et l'ont raillé comme des brutes de cour d'école.

Þau hlógu hátt og hæddu hann eins og eineltisþjófar í skólanum.

Ils aboyaient comme de faux chiens et battaient des bras.

Þeir geltu eins og gervihundar og veifuðu höndunum.

Ils ont même chanté comme des coqs juste pour le contrarier davantage.

Þeir gólu meira að segja eins og hanar bara til að pirra hann enn frekar.

C'était un comportement stupide, et Buck savait que c'était ridicule.

Þetta var heimskuleg hegðun, og Buck vissi að það var fáránlegt.

Mais cela n'a fait qu'approfondir son sentiment d'indignation et de honte.

En það jók aðeins reiði hans og skömm.

Il n'a pas été trop dérangé par la faim pendant le voyage.

Hann var ekki mikið fyrir hungri í ferðinni.

Mais la soif provoquait une douleur aiguë et une souffrance insupportable.

En þorstinn olli miklum sársauka og óbærilegum þjáningum.

Sa gorge sèche et enflammée et sa langue brûlaient de chaleur.

Þurr, bólginn háls hans og tunga brann af hita.

Cette douleur alimentait la fièvre qui montait dans son corps fier.

Þessi sársauki nærði hitann sem steig upp í stoltum líkama hans.

Buck était reconnaissant pour une seule chose au cours de ce procès.

Buck var þakklátur fyrir eitt í þessum réttarhöldum.

La corde avait été retirée de son cou épais.

Reipið hafði verið fjarlægt af þykkum hálsi hans.

La corde avait donné à ces hommes un avantage injuste et cruel.

Reipið hafði gefið þessum mönnum ósanngjarnan og grimmilegan forskot.

Maintenant, la corde avait disparu et Buck jura qu'elle ne reviendrait jamais.

Nú var reipið horfið og Buck sór þess eið að það myndi aldrei koma aftur.

Il a décidé qu'aucune corde ne passerait plus jamais autour de son cou.

Hann ákvað að ekkert reipi skyldi nokkurn tímann ganga um hálsinn á honum framar.

Pendant deux longs jours et deux longues nuits, il souffrit sans nourriture.

Í tvo langa daga og rætur þjáðist hann án matar.

Et pendant ces heures, il a développé une énorme rage en lui.

Og á þessum stundum byggði hann upp gífurlega reiði innra með sér.

Ses yeux sont devenus injectés de sang et sauvages à cause d'une colère constante.

Augun hans urðu blóðhlaupin og villt af stöðugri reiði.

Il n'était plus Buck, mais un démon aux mâchoires claquantes.

Hann var ekki lengur Buck, heldur djöfull með smellandi kjálka.

Même le juge n'aurait pas reconnu cette créature folle.

Jafnvel dómarinn hefði ekki þekkt þessa brjáluðu veru.

Les messagers express ont soupiré de soulagement lorsqu'ils ont atteint Seattle

Sendiboðarnir andvörpuðu léttar þegar þeir komu til Seattle.

Quatre hommes ont soulevé la caisse et l'ont amenée dans une cour arrière.

Fjórir menn lyftu kassanum og fluttu hann út í bakgarð.

La cour était petite, entourée de murs hauts et solides.

Garðurinn var lítill, umkringdur háum og traustum veggjum.

Un grand homme sortit, vêtu d'un pull rouge affaissé.

Stór maður steig út í rauðum, síðklæddri peysuskyrtu.

Il a signé le carnet de livraison d'une écriture épaisse et audacieuse.

Hann undirritaði afhendingarbókina með þykkri og djörfri hendi.

Buck sentit immédiatement que cet homme était son prochain bourreau.

Buck fann strax að þessi maður yrði næsti kvalari hans.

Il se jeta violemment sur les barreaux, les yeux rouges de fureur.

Hann hljóp af hörku að rimlunum, augun rauð af reiði.

L'homme sourit simplement sombrement et alla chercher une hachette.

Maðurinn brosti bara dökkum augum og fór að sækja öxi.

Il portait également une massue dans sa main droite épaisse et forte.

Hann kom einnig með kylfu í þykkri og sterkri hægri hendi sinni.

« Tu vas le sortir maintenant ? » demanda le chauffeur, inquiet.

„Ætlarðu að keyra hann út núna?" spurði bílstjórinn áhyggjufullur.

« Bien sûr », dit l'homme en enfonçant la hachette dans la caisse comme levier.

„Jú," sagði maðurinn og stakk öxinni í kistuna eins og vog.

Les quatre hommes se dispersèrent instantanément et sautèrent sur le mur de la cour.

Mennirnir fjórir dreifðust samstundis og stukku upp á garðvegginn.

Depuis leurs endroits sûrs, ils attendaient d'assister au spectacle.

Frá öruggum stöðum sínum uppi biðu þau eftir að horfa á sjónarspilið.

Buck se jeta sur le bois éclaté, le mordant et le secouant violemment.

Buck hljóp á klofna viðinn, beit og skalf harkalega.

Chaque fois que la hachette touchait la cage, Buck était là pour l'attaquer.

Í hvert skipti sem öxin lenti í búrinu) var Buck þar til að ráðast á hana.

Il grogna et claqua des dents avec une rage folle, impatient d'être libéré.

Hann urraði og snaraði af villimannsævi, ákafur að vera látinn laus.

L'homme dehors était calme et stable, concentré sur sa tâche.

Maðurinn fyrir utan var rólegur og stöðugur, einbeittur að verki sínu.

« Bon, alors, espèce de diable aux yeux rouges », dit-il
lorsque le trou fut grand.

„Jæja, þú rauðeygði djöfull," sagði hann þegar gatið var orðið
stórt.

Il laissa tomber la hachette et prit le gourdin dans sa main
droite.

Hann sleppti öxinni og tók kylfuna í hægri hönd sér.

Buck ressemblait vraiment à un diable ; les yeux injectés de
sang et flamboyants.

Buck leit sannarlega út eins og djöfull; augun blóðhlaupin og
glóandi.

Son pelage se hérissait, de la mousse s'échappait de sa
bouche, ses yeux brillaient.

Feldur hans var grófur, froðan stóð upp úr munninum og
augun glitruðu.

Il rassembla ses muscles et se jeta directement sur le pull
rouge.

Hann spennti vöðvana og stökk beint á rauðu peysuna.

Cent quarante livres de fureur s'abattèrent sur l'homme
calme.

Hundrað og fjörutíu pund af reiði flaug á rólega manninn.

Juste avant que ses mâchoires ne se referment, un coup
terrible le frappa.

Rétt áður en kjálkarnir hans klemmdust saman, hlaut hann
hræðilegt högg.

Ses dents claquèrent l une contre l'autre, rien d'autre que
l'air

Tennurnar hans brotnuðu saman á engu nema lofti

une secousse de douleur résonna dans son corps

sársaukaskot ómaði um líkama hans

Il a fait un saut périlleux en plein vol et s'est écrasé sur le
dos et sur le côté.

Hann hvolfdi í loftinu og féll á bakið og hliðina.

Il n'avait jamais ressenti auparavant le coup d'un gourdin et
ne pouvait pas le saisir.

Hann hafði aldrei áður fundið fyrir kylfuhöggi og gat ekki
gripið það.

Avec un grognement strident, mi-aboiement, mi-cri, il bondit à nouveau.

Með öskrandi urri, að hluta til gelti, að hluta til öskri, stökk hann aftur upp.

Un autre coup brutal le frappa et le projeta au sol.

Annað harkalegt högg lenti á honum og kastaði honum til jarðar.

Cette fois, Buck comprit : c'était la lourde massue de l'homme.

Að þessu sinni skildi Buck – þetta var þunga kylfan hans.

Mais la rage l'aveuglait, et il n'avait aucune idée de retraite.

En reiðin blindaði hann og hann hugsaði ekki um að hörfa.

Douze fois il s'est lancé et douze fois il est tombé.

Tólf sinnum kastaði hann sér og tólf sinnum datt hann.

Le gourdin en bois le frappait à chaque fois avec une force impitoyable et écrasante.

Trékylfan lamdi hann í hvert skipti með miskunnarlausu, algeru afli.

Après un coup violent, il se releva en titubant, étourdi et lent.

Eftir eitt harkalegt högg staulaðist hann á fætur, ringlaður og hægur.

Du sang coulait de sa bouche, de son nez et même de ses oreilles.

Blóð rann úr munni hans, nefi og jafnvel eyrum.

Son pelage autrefois magnifique était maculé de mousse sanglante.

Kápan hans, sem áður var falleg, var útataður blóðugum froðu.

Alors l'homme s'est avancé et a donné un coup violent au nez.

Þá steig maðurinn upp og sló illa á nefið.

L'agonie était plus vive que tout ce que Buck avait jamais ressenti.

Kvölin var skarpari en nokkuð sem Buck hafði nokkurn tímann fundið.

Avec un rugissement plus bête que chien, il bondit à nouveau pour attaquer.

Með öskri, meira skepnu en hundi, stökk hann aftur til árásar.

Mais l'homme attrapa sa mâchoire inférieure et la tourna vers l'arrière.

En maðurinn greip í neðri kjálka hans og snéri honum aftur á bak.

Buck fit un saut périlleux et s'écrasa à nouveau violemment.

Buck hristist upp og niður og féll aftur harkalega.

Une dernière fois, Buck se précipita sur lui, maintenant à peine capable de se tenir debout.

Í síðasta sinn réðst Buck á hann, nú varla fær um að standa upp.

L'homme a frappé avec un timing expert, délivrant le coup final.

Maðurinn hjó til af snilldarlegri tímasetningu og veitti síðasta höggið.

Buck s'est effondré, inconscient et immobile.

Buck hrundi saman í hrúgu, meðvitundarlaus og hreyfingarlaus.

« Il n'est pas mauvais pour dresser les chiens, c'est ce que je dis », a crié un homme.

„Hann er ekki sljór í að brjóta hunda, það er það sem ég segi," öskraði maður.

« Druther peut briser la volonté d'un chien n'importe quel jour de la semaine. »

„Druther getur brotið niður vilja hunds hvaða dag vikunnar sem er."

« Et deux fois un dimanche ! » a ajouté le chauffeur.

„Og tvisvar á sunnudegi!" bætti bílstjórinn við.

Il monta dans le chariot et fit claquer les rênes pour partir.

Hann klifraði upp í vagninn og braut í taumana til að fara af stað.

Buck a lentement repris le contrôle de sa conscience

Buck náði smám saman stjórn á meðvitund sinni

mais son corps était encore trop faible et brisé pour bouger.

en líkami hans var enn of veikburða og brotinn til að hreyfa
sig.

**Il resta allongé là où il était tombé, regardant l'homme au
pull rouge.**

Hann lá þar sem hann hafði fallið og horfði á manninn í
rauðpeysunni.

**« Il répond au nom de Buck », dit l'homme en lisant à haute
voix.**

„Hann svarar undir nafninu Buck," sagði maðurinn og las
upphátt.

Il a cité la note envoyée avec la caisse de Buck et les détails.

Hann vitnaði í miðann sem sendur var með kössunni hans
Bucks og nánari upplýsingar.

**« Eh bien, Buck, mon garçon », continua l'homme d'un ton
amical,**

„Jæja, Buck, drengur minn," hélt maðurinn áfram með
vingjarnlegum rómi,

**« Nous avons eu notre petite dispute, et maintenant c'est fini
entre nous. »**

„Við höfum átt okkar litla rifrildi, og nú er því lokið á milli
okkar."

**« Tu as appris à connaître ta place, et j'ai appris à connaître
la mienne », a-t-il ajouté.**

„Þú hefur lært þinn stað og ég hef lært minn," bætti hann við.

« Sois sage, tout ira bien et la vie sera agréable. »

„Vertu góður, og allt mun ganga vel og lífið verður
ánægjulegt."

« Mais sois méchant, et je te botterai les fesses, compris ? »

„En ef þú ert vond/ur, þá skal ég berja þig í hel, skilurðu?"

**Tandis qu'il parlait, il tendit la main et tapota la tête
douloureuse de Buck.**

Um leið og hann talaði rétti hann út höndina og klappaði Buck
á sárt höfuðið.

**Les cheveux de Buck se dressèrent au contact de l'homme,
mais il ne résista pas.**

Hár Bucks reis við snertingu mannsins, en hann veitti ekki
mótspyrnu.

L'homme lui apporta de l'eau, que Buck but à grandes gorgées.

Maðurinn færði honum vatn, sem Buck drakk í stórum teygjum.

Puis vint la viande crue, que Buck dévora morceau par morceau.

Þá kom hrátt kjöt, sem Buck át bita fyrir bita.

Il savait qu'il était battu, mais il savait aussi qu'il n'était pas brisé.

Hann vissi að hann var barinn, en hann vissi líka að hann var ekki brotinn.

Il n'avait aucune chance contre un homme armé d'une matraque.

Hann átti engan möguleika gegn manni vopnuðum kylfu.

Il avait appris la vérité et il n'a jamais oublié cette leçon.

Hann hafði lært sannleikann og gleymdi þeim lexíu aldrei.

Cette arme était le début de la loi dans le nouveau monde de Buck.

Þetta vopn var upphaf laga í nýja heimi Bucks.

C'était le début d'un ordre dur et primitif qu'il ne pouvait nier.

Þetta var upphafið að hörðum, frumstæðum reglum sem hann gat ekki afneitað.

Il accepta la vérité ; ses instincts sauvages étaient désormais éveillés.

Hann viðurkenndi sannleikann; villta eðlishvöt hans var nú vakandi.

Le monde était devenu plus dur, mais Buck l'a affronté avec courage.

Heimurinn hafði orðið harðari, en Buck tókst hugrakkur á við það.

Il a affronté la vie avec une prudence, une ruse et une force tranquille nouvelles.

Hann mætti lífinu með nýrri varúð, slægð og kyrrlátum styrk.

D'autres chiens sont arrivés, attachés dans des cordes ou des caisses comme Buck l'avait été.

Fleiri hundar komu, bundnir í reipum eða búrum eins og Buck hafði verið.

Certains chiens sont venus calmement, d'autres ont fait rage et se sont battus comme des bêtes sauvages.

Sumir hundar komu rólega, aðrir æstu og börðust eins og villidýr.

Ils furent tous soumis au règne de l'homme au pull rouge.

Þau voru öll sett undir stjórn rauðpeysuklædda mannsins.

À chaque fois, Buck regardait et voyait la même leçon se dérouler.

Í hvert skipti horfði Buck á og sá sama lexíuna þróast.

L'homme avec la massue était la loi, un maître à obéir.

Maðurinn með kylfuna var lögmálið; herra sem hlýða átti.

Il n'avait pas besoin d'être aimé, mais il fallait qu'on lui obéisse.

Hann þurfti ekki að vera vinsæll, en honum þurfti að hlýða.

Buck ne s'est jamais montré flatteur ni n'a remué la queue comme le faisaient les chiens plus faibles.

Buck rýddi aldrei eða veifaði eins og veikari hundarnir gerðu.

Il a vu des chiens qui avaient été battus et qui continuaient à lécher la main de l'homme.

Hann sá hunda sem voru barðir og sleiktu samt hönd mannsins.

Il a vu un chien qui refusait d'obéir ou de se soumettre du tout.

Hann sá einn hund sem hvorki hlýddi né gafst upp.

Ce chien s'est battu jusqu'à ce qu'il soit tué dans la bataille pour le contrôle.

Þessi hundur barðist þar til hann féll í baráttunni um stjórnina.

Des étrangers venaient parfois voir l'homme au pull rouge.

Ókunnugir komu stundum til að sjá rauðpeysaða manninn.

Ils parlaient sur un ton étrange, suppliant, marchandant et riant.

Þau töluðu í undarlegum rómi, sárbiðjuðu, semdu og hlógu.

Lors de l'échange d'argent, ils partaient avec un ou plusieurs chiens.

Þegar peningarnir voru skipt út fóru þau með einn eða fleiri hunda.

Buck se demandait où étaient passés ces chiens, car aucun n'était jamais revenu.

Buck velti fyrir sér hvert þessir hundar fóru, því enginn kom nokkurn tímann aftur.

la peur de l'inconnu envahissait Buck chaque fois qu'un homme étrange venait

Ótti við óþekktið fyllti Buck í hvert skipti sem ókunnugur maður kom

il était content à chaque fois qu'un autre chien était pris, plutôt que lui-même.

Hann var feginn í hvert skipti sem annar hundur var tekinn, frekar en hann sjálfur.

Mais finalement, le tour de Buck arriva avec l'arrivée d'un homme étrange.

En loksins kom röðin að Buck með komu ókunnugs manns.

Il était petit, nerveux, parlait un anglais approximatif et jurait.

Hann var lítill, grannur og talaði brotna ensku og bölvaði.

« Sacré-Dam ! » hurla-t-il en posant les yeux sur le corps de Buck.

„Sacredam!" hrópaði hann þegar hann sá líkama Bucks.

« C'est un sacré chien tyrannique ! Hein ? Combien ? » demanda-t-il à voix haute.

„Þetta er bölvaður óþokki! Ha? Hversu mikið?" spurði hann upphátt.

« Trois cents, et c'est un cadeau à ce prix-là. »

„Þrjú hundruð, og hann er gjöf á því verði,"

« Puisque c'est de l'argent du gouvernement, tu ne devrais pas te plaindre, Perrault. »

„Þar sem þetta eru ríkisfé, ættirðu ekki að kvarta, Perrault."

Perrault sourit à l'idée de l'accord qu'il venait de conclure avec cet homme.

Perrault brosti að samningnum sem hann hafði gert við manninn.

Le prix des chiens a grimpé en flèche en raison de la demande soudaine.

Verð á hundum hafði hækkað verulega vegna skyndilegrar eftirspurnar.

Trois cents dollars, ce n'était pas injuste pour une si belle bête.

Þrjú hundruð dollarar voru ekki ósanngjarnt fyrir svona fallega skepnu.

Le gouvernement canadien ne perdrait rien dans cet accord

Kanadíska ríkisstjórnin myndi ekki tapa neinu á samningnum.

Leurs dépêches officielles ne seraient pas non plus retardées en transit.

Opinberar sendingar þeirra myndu heldur ekki tafist í flutningi.

Perrault connaissait bien les chiens et pouvait voir que Buck était quelque chose de rare.

Perrault þekkti hunda vel og gat séð að Buck var eitthvað sjaldgæft.

« Un sur dix dix mille », pensa-t-il en étudiant la silhouette de Buck.

„Einn af hverjum tíu tíu þúsund," hugsaði hann er hann virti fyrir sér líkamsbyggingu Bucks.

Buck a vu l'argent changer de mains, mais n'a montré aucune surprise.

Buck sá peningana skipta um hendur en sýndi enga undrun.

Bientôt, lui et Curly, un gentil Terre-Neuve, furent emmenés.

Fljótlega voru hann og Krullað, ljúfur nýfundnalandshundur, leiddir burt.

Ils suivirent le petit homme depuis la cour du pull rouge.

Þau fylgdu litla manninum úr garði rauðu peysunnar.

Ce fut la dernière fois que Buck vit l'homme avec la massue en bois.

Þetta var síðasta sinn sem Buck sá manninn með trékylfuna.

Depuis le pont du Narval, il regardait Seattle disparaître au loin.

Af þilfari Narhvalsins horfði hann á Seattle hverfa í fjarskann.

C'était aussi la dernière fois qu'il voyait le chaud Southland.
Þetta var líka í síðasta sinn sem hann sá hið hlýja Suðurland.
Perrault les emmena sous le pont et les laissa à François.
Perrault fór með þá niður fyrir þilfar og skildi þá eftir hjá
François.
François était un géant au visage noir, aux mains rugueuses
et calleuses.
François var svartur risi með hrjúfar, harðlínulaga hendur.
Il était brun et basané; un métis franco-canadien.
Hann var dökkhærður og dökkhærður; hálfgerður fransk-
kanadískur.
Pour Buck, ces hommes étaient d'un genre qu'il n'avait
jamais vu auparavant.
Fyrir Buck voru þessir menn af þeirri tegund sem hann hafði
aldrei séð áður.
Il allait connaître beaucoup d'autres hommes de ce genre
dans les jours qui suivirent.
Hann myndi kynnast mörgum slíkum mönnum á komandi
dögum.
Il ne s'est pas attaché à eux, mais il a appris à les respecter.
Hann varð ekki hrifinn af þeim, en hann fór að virða þá.
Ils étaient justes et sages, et ne se laissaient pas facilement
tromper par un chien.
Þau voru sanngjörn og vitrir og hundar létu ekki blekkjast
auðveldlega.
Ils jugeaient les chiens avec calme et ne les punissaient que
lorsqu'ils le méritaient.
Þeir dæmdu hunda rólega og refsuðu aðeins þegar þeir áttu
það skilið.
Sur le pont inférieur du Narwhal, Buck et Curly ont
rencontré deux chiens.
Á neðri þilfari Narwhalsins hittu Buck og Krullað tvo hunda.
L'un d'eux était un grand chien blanc venu du lointain et
glacial Spitzberg.
Annar var stór hvítur hundur frá fjarlægu, ískalda
Spitsbergen.

Il avait autrefois navigué avec un baleinier et rejoint un groupe d'enquête.

Hann hafði einu sinni siglt með hvalveiðimanni og gengið til liðs við landmælingahóp.

Il était amical d'une manière sournoise, sournoise et rusée.

Hann var vingjarnlegur á lúmskan, undirförulan og slægan hátt.

Lors de leur premier repas, il a volé un morceau de viande dans la poêle de Buck.

Við fyrstu máltíð þeirra stal hann kjötbita af pönnu Bucks.

Buck sauta pour le punir, mais le fouet de François frappa en premier.

Buck stökk til að refsa honum, en svipan frá François lenti fyrst.

Le voleur blanc hurla et Buck récupéra l'os volé.

Hvíti þjófurinn öskraði og Buck endurheimti stolna beinið.

Cette équité impressionna Buck, et François gagna son respect.

Þessi sanngirni vakti hrifningu Bucks og François ávann sér virðingu hans.

L'autre chien ne lui a pas adressé de salut et n'en a pas voulu en retour.

Hinn hundurinn heilsaði ekki og vildi ekkert í staðinn.

Il ne volait pas de nourriture et ne reniflait pas les nouveaux arrivants avec intérêt.

Hann stal hvorki mat né þefaði áhugasöm að nýkomunum.

Ce chien était sinistre et calme, sombre et lent.

Þessi hundur var hryggur og hljóður, drungalegur og hægfara.

Il a averti Curly de rester à l'écart en la regardant simplement.

Hann varaði Krullað við að halda sig fjarri með því einfaldlega að glápa á hana.

Son message était clair : laissez-moi tranquille ou il y aura des problèmes.

Skilaboð hans voru skýr; látið mig í friði eða það verða vandræði.

Il s'appelait Dave et il remarquait à peine son environnement.

Hann hét Dave og tók varla eftir umhverfi sínu.

Il dormait souvent, mangeait tranquillement et bâillait de temps en temps.

Hann svaf oft, borðaði rólega og geispaði öðru hvoru.

Le navire ronronnait constamment avec le battement de l'hélice en dessous.

Skipið suðaði stöðugt með sláandi skrúfunni fyrir neðan.

Les jours passèrent sans grand changement, mais le temps devint plus froid.

Dagarnir liðu án mikilla breytinga, en veðrið kólnaði.

Buck pouvait le sentir dans ses os et remarqua que les autres le faisaient aussi.

Buck fann það í beinum sínum og tók eftir því að hinir gerðu það líka.

Puis un matin, l'hélice s'est arrêtée et tout est redevenu calme.

Svo einn morguninn stoppaði skrúfan og allt varð kyrrt.

Une énergie parcourut le vaisseau ; quelque chose avait changé.

Orka fór um skipið; eitthvað hafði breyst.

François est descendu, les a attachés en laisse et les a remontés.

François kom niður, batt þá í tauma og færði þá upp.

Buck sortit et trouva le sol doux, blanc et froid.

Buck steig út og fann jörðina mjúka, hvíta og kalda.

Il sursauta en arrière, alarmé, et renifla, totalement confus.

Hann stökk aftur á bak í ótta og fnösti í algjöru rugli.

Une étrange substance blanche tombait du ciel gris.

Undarlegt hvítt efni féll af gráum himni.

Il se secoua, mais les flocons blancs continuaient à atterrir sur lui.

Hann hristi sig, en hvítu flögurnar héldu áfram að lenda á honum.

Il renifla soigneusement la substance blanche et lécha
quelques morceaux glacés.

Hann þefaði vandlega af hvítu efninu og sleikti nokkra ískalda
bita.

La poudre brûla comme du feu, puis disparut de sa langue.

Duftið brann eins og eldur og hvarf svo af tungu hans.

Buck essaya à nouveau, intrigué par l'étrange froideur qui
disparaissait.

Buck reyndi aftur, undrandi yfir þessum undarlega, hverfandi
kulda.

Les hommes autour de lui rirent et Buck se sentit gêné.

Mennirnir í kringum hann hlógu og Buck fannst hann
vandræðalegur.

Il ne savait pas pourquoi, mais il avait honte de sa réaction.

Hann vissi ekki af hverju, en hann skammaðist sín fyrir
viðbrögð sín.

C'était sa première expérience avec la neige, et cela le
dérouta.

Þetta var fyrsta reynsla hans af snjó og það ruglaði hann.

La loi du gourdin et des crocs
Lögmálið um kylfu og vígtennur

Le premier jour de Buck sur la plage de Dyea ressemblait à un terrible cauchemar.
Fyrsti dagurinn hjá Buck á Dyea-ströndinni var eins og hræðileg martröð.
Chaque heure apportait de nouveaux chocs et des changements inattendus pour Buck.
Hver klukkustund færði Buck ný áföll og óvæntar breytingar.
Il avait été arraché à la civilisation et jeté dans un chaos sauvage.
Hann hafði verið dreginn úr siðmenningunni og kastað út í villt ringulreið.
Ce n'était pas une vie ensoleillée et paresseuse, faite d'ennui et de repos.
Þetta var ekkert sólríkt, letilegt líf með leiðindum og hvíld.
Il n'y avait pas de paix, pas de repos, et pas un instant sans danger.
Þar var enginn friður, engin hvíld og engin stund án hættu.
La confusion régnait sur tout et le danger était toujours proche.
Ruglingur réði öllu og hættan var alltaf yfirvofandi.
Buck devait rester vigilant car ces hommes et ces chiens étaient différents.
Buck þurfti að vera vakandi því þessir menn og hundar voru ólíkir.
Ils n'étaient pas originaires des villes ; ils étaient sauvages et sans pitié.
Þau voru ekki úr bæjum; þau voru villt og miskunnarlaus.
Ces hommes et ces chiens ne connaissaient que la loi du gourdin et des crocs.
Þessir menn og hundar þekktu aðeins lögmálið um kylfu og vígtennur.
Buck n'avait jamais vu de chiens se battre comme ces huskies sauvages.

Buck hafði aldrei séð hunda berjast eins og þessa grimmu huskyhunda.

Sa première expérience lui a appris une leçon qu'il n'oublierait jamais.

Fyrsta reynsla hans kenndi honum lexíu sem hann myndi aldrei gleyma.

Il a eu de la chance que ce ne soit pas lui, sinon il serait mort aussi.

Hann var heppinn að þetta var ekki hann, annars hefði hann líka dáið.

Curly était celui qui souffrait tandis que Buck regardait et apprenait.

Það var Krullað sem þjáðist á meðan Buck horfði á og lærði.

Ils avaient installé leur campement près d'un magasin construit en rondins.

Þau höfðu sett upp tjaldbúðir nálægt verslun sem var byggð úr trjábolum.

Curly a essayé d'être amical avec un grand husky ressemblant à un loup.

Krullað reyndi að vera vingjarnlegur við stóran, úlfslíkan husky hund.

Le husky était plus petit que Curly, mais avait l'air sauvage et méchant.

Husky-hundurinn var minni en Krullað, en leit villtur og grimmur út.

Sans prévenir, il a sauté et lui a ouvert le visage.

Án viðvörunar stökk hann upp og skar hana í andlitið.

Ses dents lui coupèrent l'œil jusqu'à sa mâchoire en un seul mouvement.

Tennur hans skáru frá auga hennar niður að kjálka í einni hreyfingu.

C'est ainsi que les loups se battaient : ils frappaient vite et sautaient loin.

Svona börðust úlfar — börðust hratt og stukku í burtu.

Mais il y avait plus à apprendre que de cette seule attaque.

En það var meira að læra en af þessari einu árás.

Des dizaines de huskies se sont précipités et ont formé un cercle silencieux.

Tugir huskyhunda þustu inn og mynduðu þögull hring.

Ils regardaient attentivement et se léchaient les lèvres avec faim.

Þau horfðu grannt á og sleiktu sér um varirnar af hungri.

Buck ne comprenait pas leur silence ni leurs regards avides.

Buck skildi hvorki þögn þeirra né ákaf augnaráð þeirra.

Curly s'est précipité pour attaquer le husky une deuxième fois.

Krullað hljóp til að ráðast á husky-hundinn í annað sinn.

Il a utilisé sa poitrine pour la renverser avec un mouvement puissant.

Hann notaði bringuna til að fella hana með kröftugum hreyfingum.

Elle est tombée sur le côté et n'a pas pu se relever.

Hún féll á hliðina og gat ekki staðið upp aftur.

C'est ce que les autres attendaient depuis le début.

Þetta var það sem hinir höfðu beðið eftir allan tímann.

Les huskies ont sauté sur elle, hurlant et grognant avec frénésie.

Husky-hundarnir stukku á hana, æptu og urruðu af æði.

Elle a crié alors qu'ils l'enterraient sous un tas de chiens.

Hún öskraði þegar þeir grófu hana undir haug af hundum.

L'attaque fut si rapide que Buck resta figé sur place sous le choc.

Árásin var svo hröð að Buck fraus kyrr af áfalli.

Il vit Spitz tirer la langue d'une manière qui ressemblait à un rire.

Hann sá Spitz stinga út tungunni á þann hátt sem leit út eins og hlátur.

François a attrapé une hache et a couru droit vers le groupe de chiens.

François greip öxi og hljóp beint inn í hundahópinn.

Trois autres hommes ont utilisé des gourdins pour aider à repousser les huskies.

Þrír aðrir menn notuðu kylfur til að hjálpa til við að reka husky-hundana í burtu.

En seulement deux minutes, le combat était terminé et les chiens avaient disparu.

Eftir aðeins tvær mínútur var bardaganum lokið og hundarnir voru farnir.

Curly gisait morte dans la neige rouge et piétinée, son corps déchiré.

Krulluð lá dauð í rauða, troðnum snjónum, líkami hennar rifinn í sundur.

Un homme à la peau sombre se tenait au-dessus d'elle, maudissant la scène brutale.

Dökkhærður maður stóð yfir henni og formælti hrottalegu atriðinu.

Le souvenir est resté avec Buck et a hanté ses rêves la nuit.

Minningin lifði með Buck og ásótti drauma hans á nóttunni.

C'était comme ça ici : pas d'équité, pas de seconde chance.

Þannig var það hér; engin réttlæti, ekkert annað tækifæri.

Une fois qu'un chien tombait, les autres le tuaient sans pitié.

Þegar hundur féll, drápu hinir hann miskunnarlaust.

Buck décida alors qu'il ne se permettrait jamais de tomber.

Buck ákvað þá að hann myndi aldrei leyfa sér að falla.

Spitz tira à nouveau la langue et rit du sang.

Spitz stakk aftur út tungunni og hló að blóðinu.

À partir de ce moment-là, Buck détesta Spitz de tout son cœur.

Frá þeirri stundu hataði Buck Spitz af öllu hjarta.

Avant que Buck ne puisse se remettre de la mort de Curly, quelque chose de nouveau s'est produit.

Áður en Buck gat jafnað sig eftir dauða Krullað gerðist eitthvað nýtt.

François s'est approché et a attaché quelque chose autour du corps de Buck.

François kom til og spennti eitthvað utan um líkama Bucks.

C'était un harnais comme ceux utilisés sur les chevaux du ranch.

Þetta var beisli eins og þau sem notuð eru á hestum á búgarðinum.

Comme Buck avait vu les chevaux travailler, il devait maintenant travailler aussi.

Eins og Buck hafði séð hesta vinna, var hann nú líka látinn vinna.

Il a dû tirer François sur un traîneau dans la forêt voisine.

Hann þurfti að draga François á sleða inn í skóginn í nágrenninu.

Il a ensuite dû ramener une lourde charge de bois de chauffage.

Þá þurfti hann að draga til baka hlass af þungum eldiviði.

Buck était fier, donc cela lui faisait mal d'être traité comme un animal de travail.

Buck var stoltur, svo það særði hann að vera meðhöndlaður eins og vinnudýr.

Mais il était sage et n'a pas essayé de lutter contre la nouvelle situation.

En hann var vitur og reyndi ekki að berjast við nýju aðstæðurnar.

Il a accepté sa nouvelle vie et a donné le meilleur de lui-même dans chaque tâche.

Hann tók nýja lífinu fagnandi og lagði sig allan fram í hverju verki.

Tout ce qui concernait ce travail lui était étrange et inconnu.

Allt við verkið var honum framandi og ókunnugt.

François était strict et exigeait l'obéissance sans délai.

Frans var strangur og krafðist hlýðni án tafar.

Son fouet garantissait que chaque ordre soit exécuté immédiatement.

Svipan hans tryggði að hverri skipun væri fylgt samstundis.

Dave était le conducteur du traîneau, le chien le plus proche du traîneau derrière Buck.

Dave var hjólreiðamaðurinn, hundurinn sem var næstur sleðanum á eftir Buck.

Dave mordait Buck sur les pattes arrière s'il faisait une erreur.

Dave beit Buck í afturfæturna ef hann gerði mistök.

Spitz était le chien de tête, compétent et expérimenté dans ce rôle.

Spitz var leiðtogahundurinn, hæfur og reynslumikill í hlutverkinu.

Spitz ne pouvait pas atteindre Buck facilement, mais il le corrigea quand même.

Spitz náði ekki auðveldlega til Bucks, en leiðrétti hann samt.

Il grognait durement ou tirait le traîneau d'une manière qui enseignait à Buck.

Hann urraði harkalega eða dró sleðann á þann hátt sem kenndi Buck.

Grâce à cette formation, Buck a appris plus vite que ce qu'ils avaient imaginé.

Í þessari þjálfun lærði Buck hraðar en nokkur þeirra bjóst við.

Il a travaillé dur et a appris de François et des autres chiens.

Hann vann hörðum höndum og lærði bæði af François og hinum hundunum.

À leur retour, Buck connaissait déjà les commandes clés.

Þegar þau komu aftur kunni Buck þegar lykilskipanirnar.

Il a appris à s'arrêter au son « ho » de François.

Hann lærði að stoppa við hljóðið „hó" frá François.

Il a appris quand il a dû tirer le traîneau et courir.

Hann lærði þegar hann þurfti að draga sleðann og hlaupa.

Il a appris à tourner largement dans les virages du sentier sans difficulté.

Hann lærði að beygja breitt í beygjum á slóðanum án vandræða.

Il a également appris à éviter Dave lorsque le traîneau descendait rapidement.

Hann lærði líka að forðast Dave þegar sleðinn fór hratt niður á við.

« Ce sont de très bons chiens », dit fièrement François à Perrault.

„Þetta eru mjög góðir hundar," sagði François stoltur við Perrault.

« Ce Buck tire comme un dingue, je lui apprends vite fait. »

„Þessi Buck togar eins og helvíti — ég kenni honum það eins fljótt og auðið er."

Plus tard dans la journée, Perrault est revenu avec deux autres chiens husky.
Seinna sama dag kom Perrault aftur með tvo husky-hunda til viðbótar.
Ils s'appelaient Billee et Joe, et ils étaient frères.
Þeir hétu Billee og Joe og voru bræður.
Ils venaient de la même mère, mais ne se ressemblaient pas du tout.
Þau komu frá sömu móður en voru alls ekki eins.
Billee était de nature douce et très amicale avec tout le monde.
Billee var ljúfmannleg og mjög vingjarnleg við alla.
Joe était tout le contraire : calme, en colère et toujours en train de grogner.
Joe var andstæðan — rólegur, reiður og alltaf urrandi.
Buck les a accueillis de manière amicale et s'est montré calme avec eux deux.
Buck heilsaði þeim vingjarnlega og var rólegur við bæði.
Dave ne leur prêta aucune attention et resta silencieux comme d'habitude.
Dave gaf þeim engan gaum og þagði eins og venjulega.
Spitz a attaqué d'abord Billee, puis Joe, pour montrer sa domination.
Spitz réðst fyrst á Billee, síðan Joe, til að sýna yfirburði sína.
Billee remua la queue et essaya d'être amical avec Spitz.
Billee veifaði rófunni og reyndi að vera vingjarnlegur við Spitz.
Lorsque cela n'a pas fonctionné, il a essayé de s'enfuir à la place.
Þegar það virkaði ekki reyndi hann að flýja í staðinn.
Il a pleuré tristement lorsque Spitz l'a mordu fort sur le côté.
Hann grét dapurlega þegar Spitz beit hann fast í hliðina.
Mais Joe était très différent et refusait d'être intimidé.
En Jói var mjög ólíkur og vildi ekki láta leggja í einelti.

Chaque fois que Spitz s'approchait, Joe se retournait pour lui faire face rapidement.

Í hvert skipti sem Spitz kom nærri sneri Joe sér hratt við til að horfast í augu við hann.

Sa fourrure se hérissa, ses lèvres se retroussèrent et ses dents claquèrent sauvagement.

Feldurinn hans gnæfði, varirnar krulluðust og tennurnar brotnuðu villt.

Les yeux de Joe brillaient de peur et de rage, défiant Spitz de frapper.

Augu Joes glitruðu af ótta og reiði og ögruðu Spitz til að ráðast til högga.

Spitz abandonna le combat et se détourna, humilié et en colère.

Spitz gafst upp á bardaganum og sneri sér undan, auðmýktur og reiður.

Il a déversé sa frustration sur le pauvre Billee et l'a chassé.

Hann lét gremju sína út á vesalings Billee og rak hann í burtu.

Ce soir-là, Perrault ajouta un chien de plus à l'équipe.

Um kvöldið bætti Perrault einum hundi í viðbót við hópinn.

Ce chien était vieux, maigre et couvert de cicatrices de guerre.

Þessi hundur var gamall, grannur og þakinn örum eftir bardaga.

L'un de ses yeux manquait, mais l'autre brillait de puissance.

Annað augað hans vantaði, en hitt glóði af krafti.

Le nom du nouveau chien était Solleks, ce qui signifiait « celui qui est en colère ».

Nýi hundurinn hét Solleks, sem þýddi Hinn reiði.

Comme Dave, Solleks ne demandait rien aux autres et ne donnait rien en retour.

Eins og Dave bað Solleks ekki aðra um neitt og gaf ekkert til baka.

Lorsque Solleks entra lentement dans le camp, même Spitz resta à l'écart.

Þegar Solleks gekk hægt inn í búðirnar, hélt jafnvel Spitz sig fjarri.

Il avait une étrange habitude que Buck a eu la malchance de découvrir.

Hann hafði undarlegan vana sem Buck var óheppinn að uppgötva.

Solleks détestait qu'on l'approche du côté où il était aveugle.

Solleks hataði að vera nálgast af þeirri hlið þar sem hann var blindur.

Buck ne le savait pas et a fait cette erreur par accident.

Buck vissi þetta ekki og gerði þessi mistök fyrir slysni.

Solleks se retourna et frappa l'épaule de Buck profondément et rapidement.

Solleks sneri sér við og skar Buck djúpt og hratt í öxlina.

À partir de ce moment, Buck ne s'est plus jamais approché du côté aveugle de Solleks.

Frá þeirri stundu kom Buck aldrei nálægt blindhlið Solleks.

Ils n'ont plus jamais eu de problèmes pendant le reste de leur temps ensemble.

Þau lentu aldrei í vandræðum aftur það sem eftir var af tímanum sem þau voru saman.

Solleks voulait seulement être laissé seul, comme le calme Dave.

Solleks vildi bara vera í friði, eins og hljóði Dave.

Mais Buck apprendra plus tard qu'ils avaient chacun un autre objectif secret.

En Buck myndi síðar komast að því að þau höfðu hvort um sig annað leynilegt markmið.

Cette nuit-là, Buck a dû faire face à un nouveau défi troublant : comment dormir.

Um nóttina stóð Buck frammi fyrir nýrri og erfiðri áskorun — hvernig ætti hann að sofa.

La tente brillait chaleureusement à la lumière des bougies dans le champ enneigé.

Tjaldið glóði hlýlega af kertaljósi í snæviþöktum reitnum.

Buck entra, pensant qu'il pourrait se reposer là comme avant.

Buck gekk inn og hugsaði sér að þar gæti hann hvílst eins og áður.

Mais Perrault et François lui criaient dessus et lui jetaient des casseroles.

En Perrault og François öskruðu á hann og köstuðu pönnum.

Choqué et confus, Buck s'est enfui dans le froid glacial.

Í áfalli og ruglaður hljóp Buck út í ísinn.

Un vent glacial piquait son épaule blessée et lui gelait les pattes.

Beiskur vindur stakk særða öxlina hans og fraus loppurnar.

Il s'est allongé dans la neige et a essayé de dormir à la belle étoile.

Hann lagðist niður í snjóinn og reyndi að sofa úti í opnu landi.

Mais le froid l'obligea bientôt à se relever, tremblant terriblement.

En kuldinn neyddi hann fljótlega til að standa aftur upp, skjálfandi illa.

Il erra dans le camp, essayant de trouver un endroit plus chaud.

Hann reikaði um tjaldstæðið og reyndi að finna hlýrri stað.

Mais chaque coin était aussi froid que le précédent.

En hvert horn var jafn kalt og það fyrra.

Parfois, des chiens sauvages sautaient sur lui dans l'obscurité.

Stundum stukku villtir hundar að honum úr myrkrinu.

Buck hérissa sa fourrure, montra ses dents et grogna en signe d'avertissement.

Buck strauk feldinn, sýndi tennurnar og urraði viðvörunarhljóð.

Il apprenait vite et les autres chiens reculaient rapidement.

Hann var fljótur að læra og hinir hundarnir hættu fljótt.

Il n'avait toujours pas d'endroit où dormir et ne savait pas quoi faire.

Samt hafði hann engan stað til að sofa og vissi ekki hvað hann ætti að gera.

Finalement, une pensée lui vint : aller voir ses coéquipiers.

Loksins datt honum í hug — athuga með liðsfélagana sína.

Il est retourné dans leur région et a été surpris de les trouver partis.

Hann sneri aftur á svæðið þeirra og varð undrandi að sjá þau farin.

Il chercha à nouveau dans le camp, mais ne parvint toujours pas à les trouver.

Hann leitaði aftur í búðunum en fann þá ekki.

Il savait qu'ils ne pouvaient pas être dans la tente, sinon il le serait aussi.

Hann vissi að þau mættu ekki vera í tjaldinu, annars yrði hann það líka.

Alors, où étaient passés tous les chiens dans ce camp gelé ?

Hvert voru allir hundarnir þá farnir í þessum frosnu búðum?

Buck, froid et misérable, tournait lentement autour de la tente.

Buck, kaldur og vansæll, gekk hægt í hringi umhverfis tjaldið.

Soudain, ses pattes avant s'enfoncèrent dans la neige molle et le surprit.

Skyndilega sukku framfætur hans ofan í mjúkan snjó og hræddu hann.

Quelque chose se tortilla sous ses pieds et il sursauta en arrière, effrayé.

Eitthvað kipptist til undir fótum hans og hann stökk aftur á bak af ótta.

Il grogna et grogna, ne sachant pas ce qui se cachait sous la neige.

Hann urraði og urraði, án þess að vita hvað leynist undir snjónum.

Puis il entendit un petit aboiement amical qui apaisa sa peur.

Þá heyrði hann vingjarnlegt lítið gelt sem róaði ótta hans.

Il renifla l'air et s'approcha pour voir ce qui était caché.

Hann þefaði út í loftið og kom nær til að sjá hvað leyndist.

Sous la neige, recroquevillée en boule chaude, se trouvait la petite Billee.

Undir snjónum, krullaður saman í hlýjan kúlu, lá litli Billee.

Billee remua la queue et lécha le visage de Buck pour le saluer.

Billee veifaði rófunni og sleikti andlit Bucks til að heilsa honum.

Buck a vu comment Billee avait fabriqué un endroit pour dormir dans la neige.

Buck sá hvernig Billee hafði búið til svefnstað í snjónum.

Il avait creusé et utilisé sa propre chaleur pour rester au chaud.

Hann hafði grafið sig niður og notað sinn eigin hita til að halda á sér hita.

Buck avait appris une autre leçon : c'est ainsi que les chiens dormaient.

Buck hafði lært aðra lexíu — svona sváfu hundarnir.

Il a choisi un endroit et a commencé à creuser son propre trou dans la neige.

Hann valdi sér stað og byrjaði að grafa sína eigin holu í snjónum.

Au début, il bougeait trop et gaspillait de l'énergie.

Í fyrstu hreyfði hann sig of mikið og sóaði orku.

Mais bientôt son corps réchauffa l'espace et il se sentit en sécurité.

En fljótlega hlýjaði líkami hans rýmið og hann fann fyrir öryggi.

Il se recroquevilla étroitement et, peu de temps après, il s'endormit profondément.

Hann krullaði sig þétt saman og áður en langt um leið var hann sofnaður fast.

La journée avait été longue et dure, et Buck était épuisé.

Dagurinn hafði verið langur og erfiður og Buck var úrvinda.

Il dormait profondément et confortablement, même si ses rêves étaient fous.

Hann svaf djúpt og þægilega, þótt draumarnir væru villtir.

Il grognait et aboyait dans son sommeil, se tordant pendant qu'il rêvait.

Hann urraði og gelti í svefni sínum, snéri sér við í draumnum.

Buck ne s'est réveillé que lorsque le camp était déjà en train de prendre vie.

Buck vaknaði ekki fyrr en búðirnar voru þegar farnar að lifna við.

Au début, il ne savait pas où il était ni ce qui s'était passé.

Í fyrstu vissi hann ekki hvar hann var eða hvað hafði gerst.

La neige était tombée pendant la nuit et avait complètement enseveli son corps.

Snjór hafði fallið í nótt og grafið lík hans alveg.

La neige se pressait autour de lui, serrée de tous côtés.

Snjórinn þrýsti sér að honum, þéttur á allar hliðar.

Soudain, une vague de peur traversa tout le corps de Buck.

Skyndilega fór óttabylgja um allan líkama Bucks.

C'était la peur d'être piégé, une peur venue d'instincts profonds.

Það var óttinn við að vera fastur, ótti sem kom frá djúpum eðlishvötum.

Bien qu'il n'ait jamais vu de piège, la peur vivait en lui.

Þótt hann hefði aldrei séð gildru, bjó óttinn innra með honum.

C'était un chien apprivoisé, mais maintenant ses vieux instincts sauvages se réveillaient.

Hann var tamur hundur, en nú voru gömlu villtu eðlishvöt hans að vakna.

Les muscles de Buck se tendirent et sa fourrure se dressa sur tout son dos.

Vöðvar Bucks spenntust og feldurinn reis upp um allan bak hans.

Il grogna férocement et bondit droit dans la neige.

Hann urraði grimmilega og stökk beint upp í gegnum snjóinn.

La neige volait dans toutes les directions alors qu'il faisait irruption dans la lumière du jour.

Snjórinn flaug í allar áttir þegar hann braust út í dagsbirtuna.

Avant même d'atterrir, Buck vit le camp s'étendre devant lui.

Jafnvel áður en Buck lenti sá hann herbúðirnar teygja sig út fyrir framan sig.

Il se souvenait de tout ce qui s'était passé la veille, d'un seul coup.

Hann mundi allt frá deginum áður, allt í einu.

Il se souvenait d'avoir flâné avec Manuel et d'avoir fini à cet endroit.

Hann mundi eftir að hafa rölt með Manuel og endað á þessum stað.

Il se souvenait avoir creusé le trou et s'être endormi dans le froid.

Hann mundi eftir að hafa grafið holuna og sofnað í kuldanum.

Maintenant, il était réveillé et le monde sauvage qui l'entourait était clair.

Nú var hann vakinn og villiheimurinn í kringum hann var bjartur.

Un cri de François salua l'apparition soudaine de Buck.

Óp frá François fagnaði skyndilegri komu Bucks.

« Qu'est-ce que j'ai dit ? » cria le conducteur du chien à Perrault.

„Hvað sagði ég?" hrópaði hundaeigandinn hátt til Perraults.

« Ce Buck apprend vraiment très vite », a ajouté François.

„Þessi Buck lærir svo sannarlega fljótt," bætti François við.

Perrault hocha gravement la tête, visiblement satisfait du résultat.

Perrault kinkaði kolli alvarlega, greinilega ánægður með niðurstöðuna.

En tant que courrier pour le gouvernement canadien, il transportait des dépêches.

Sem sendiboði fyrir kanadísku ríkisstjórnina flutti hann sendingar.

Il était impatient de trouver les meilleurs chiens pour son importante mission.

Hann var ákafur að finna bestu hundana fyrir mikilvægt verkefni sitt.

Il se sentait particulièrement heureux maintenant que Buck faisait partie de l'équipe.

Hann var sérstaklega ánægður nú að Buck væri hluti af hópnum.

Trois autres huskies ont été ajoutés à l'équipe en une heure.

Þrír huskyhundar til viðbótar bættust í hópinn innan klukkustundar.

Cela porte le nombre total de chiens dans l'équipe à neuf.

Þar með voru hundarnir í liðinu orðnir níu talsins.

En quinze minutes, tous les chiens étaient dans leurs harnais.

Innan fimmtán mínútna voru allir hundarnir komnir í beisli sín.

L'équipe de traîneaux remontait le sentier en direction du canyon de Dyea.

Sleðaliðið var að sveifla upp slóðann í átt að Dyea Cañon.

Buck était heureux de partir, même si le travail à venir était difficile.

Buck var ánægður með að vera að fara, jafnvel þótt verkið framundan væri erfitt.

Il s'est rendu compte qu'il ne détestait pas particulièrement le travail ou le froid.

Hann fann að hann fyrirleit ekki vinnuna né kuldann sérstaklega.

Il a été surpris par l'empressement qui a rempli toute l'équipe.

Hann varð hissa á þeim áhuga sem fyllti allt liðið.

Encore plus surprenant fut le changement qui s'était produit chez Dave et Solleks.

Enn óvæntara var sú breyting sem hafði orðið á Dave og Solleks.

Ces deux chiens étaient complètement différents lorsqu'ils étaient attelés.

Þessir tveir hundar voru gjörólíkir þegar þeir voru í beisli.

Leur passivité et leur manque d'intérêt avaient complètement disparu.

Þögn þeirra og áhugaleysi var alveg horfið.

Ils étaient alertes et actifs, et désireux de bien faire leur travail.

Þau voru vakandi og virk og vildu vinna verk sín vel.

Ils s'irritaient violemment à tout ce qui pouvait provoquer un retard ou une confusion.

Þeir urðu afar pirraðir yfir öllu sem olli töfum eða ruglingi.

Le travail acharné sur les rênes était le centre de tout leur être.

Erfiði taumhaldið var kjarninn í allri þeirra tilveru.

Tirer un traîneau semblait être la seule chose qu'ils appréciaient vraiment.

Sleðadráttur virtist vera það eina sem þeim fannst virkilega gaman að gera.

Dave était à l'arrière du groupe, le plus proche du traîneau lui-même.

Dave var aftast í hópnum, næst sleðanum sjálfum.

Buck a été placé devant Dave, et Solleks a dépassé Buck.

Buck var settur fyrir framan Dave og Solleks dró sig á undan Buck.

Le reste des chiens était aligné devant eux en file indienne.

Hinir hundarnir voru tengdir á undan í einni röð.

La position de tête à l'avant était occupée par Spitz.

Spitz fyllti fremsta sætið.

Buck avait été placé entre Dave et Solleks pour l'instruction.

Buck hafði verið settur á milli Dave og Solleks til kennslu.

Il apprenait vite et ils étaient des professeurs fermes et compétents.

Hann var fljótur að læra og þeir voru ákveðnir og færir kennarar.

Ils n'ont jamais permis à Buck de rester longtemps dans l'erreur.

Þeir leyfðu Buck aldrei að vera lengi á villigötum.

Ils ont enseigné leurs leçons avec des dents acérées quand c'était nécessaire.

Þeir kenndu lexíurnar sínar með beittum tönnum þegar þörf krefði.

Dave était juste et faisait preuve d'une sagesse calme et sérieuse.

Dave var sanngjarn og sýndi hljóðláta og alvarlega visku.

Il n'a jamais mordu Buck sans une bonne raison de le faire.

Hann beit aldrei Buck án þess að hafa góða ástæðu til þess.

Mais il n'a jamais manqué de mordre lorsque Buck avait besoin d'être corrigé.

En hann brást aldrei við að bíta þegar Buck þurfti leiðréttingu.

Le fouet de François était toujours prêt et soutenait leur autorité.

Svipa François var alltaf tilbúin og studdi vald þeirra.

Buck a vite compris qu'il valait mieux obéir que riposter.

Buck komst fljótt að því að betra var að hlýða en að berjast á móti.

Un jour, lors d'un court repos, Buck s'est emmêlé dans les rênes.

Einu sinni, í stuttri hvíld, flæktist Buck í taumunum.

Il a retardé le départ et a perturbé le mouvement de l'équipe.

Hann seinkaði ræsingunni og ruglaði hreyfingu liðsins.

Dave et Solleks se sont jetés sur lui et lui ont donné une raclée.

Dave og Solleks flugu á hann og börðu hann harkalega.

L'enchevêtrement n'a fait qu'empirer, mais Buck a bien appris sa leçon.

Flækjan versnaði bara, en Buck lærði sína lexíu vel.

Dès lors, il garda les rênes tendues et travailla avec soin.

Þaðan í frá hélt hann taumunum stífum og vann vandlega.

Avant la fin de la journée, Buck avait maîtrisé une grande partie de sa tâche.

Áður en deginum lauk hafði Buck náð tökum á stórum hluta verkefnisins.

Ses coéquipiers ont presque arrêté de le corriger ou de le mordre.

Liðsfélagar hans hættu næstum því að leiðrétta hann eða bíta.

Le fouet de François claquait de moins en moins souvent dans l'air.

Svipa François braust sjaldnar og sjaldnar í loftinu.

Perrault a même soulevé les pieds de Buck et a soigneusement examiné chaque patte.

Perrault lyfti meira að segja fótum Bucks og skoðaði vandlega hverja loppu.

Cela avait été une journée de course difficile, longue et
épuisante pour eux tous.

Þetta hafði verið erfiður hlaupadagur, langur og þreytandi
fyrir þau öll.

Ils remontèrent le Cañon, traversèrent Sheep Camp et
passèrent devant les Scales.

Þau ferðuðust upp Cañon, í gegnum Sheep Camp og framhjá
Scales.

Ils ont traversé la limite des forêts, puis des glaciers et des
congères de plusieurs mètres de profondeur.

Þau fóru yfir skógarmörkin, síðan jökla og margra feta djúpa
snjóskafla.

Ils ont escaladé la grande et froide chaîne de montagnes
Chilkoot Divide.

Þau klifru upp hina miklu, kalda og ógnvekjandi Chilkoot-
kvísl.

Cette haute crête se dressait entre l'eau salée et l'intérieur
gelé.

Þessi hái hryggur stóð á milli saltvatns og frosnu innri jarðar.

Les montagnes protégeaient le Nord triste et solitaire avec de
la glace et des montées abruptes.

Fjöllin vörðuðu hið dapurlega og einmana norðurland með ís
og bröttum brekkum.

Ils ont parcouru à bon rythme une longue chaîne de lacs en
aval de la ligne de partage des eaux.

Þau nutu góðs tíma niður langa keðju vatna fyrir neðan skilin.

Ces lacs remplissaient les anciens cratères de volcans éteints.

Þessi vötn fylltu forna gíga útdauðra eldfjalla.

Tard dans la nuit, ils atteignirent un grand camp au bord du
lac Bennett.

Seint um kvöldið komu þeir að stórum tjaldbúðum við
Bennett-vatn.

Des milliers de chercheurs d'or étaient là, construisant des
bateaux pour le printemps.

Þúsundir gullleitenda voru þar að smíða báta fyrir vorið.

La glace allait bientôt se briser et ils devaient être prêts.

Ísinn myndi brátt brotna og þeir urðu að vera viðbúnir.

Buck creusa son trou dans la neige et tomba dans un profond sommeil.

Buck gróf holu sína í snjónum og sofnaði djúpt.

Il dormait comme un ouvrier, épuisé par une dure journée de travail.

Hann svaf eins og verkamaður, úrvinda eftir erfiðan dag.

Mais trop tôt dans l'obscurité, il fut tiré de son sommeil.

En of snemma í myrkrinu var hann dreginn upp úr svefni.

Il fut à nouveau attelé avec ses compagnons et attaché au traîneau.

Hann var beislaður aftur með félögum sínum og festur við sleðann.

Ce jour-là, ils ont parcouru quarante milles, car la neige était bien battue.

Þann dag óku þau fjörutíu mílur, því að snjórinn var vel troðinn.

Le lendemain, et pendant plusieurs jours après, la neige était molle.

Daginn eftir, og í marga daga á eftir, var snjórinn mjúkur.

Ils ont dû faire le chemin eux-mêmes, en travaillant plus dur et en avançant plus lentement.

Þau urðu að leggja leiðina sjálf, vinna meira og fara hægar.

Habituellement, Perrault marchait devant l'équipe avec des raquettes palmées.

Venjulega gekk Perrault á undan liðinu á snjóþrúgum með vefjum.

Ses pas ont compacté la neige, facilitant ainsi le déplacement du traîneau.

Skref hans þjöppuðu snjóinn og auðveldaði sleðanum að hreyfast.

François, qui dirigeait depuis le mât, prenait parfois le relais.

François, sem stýrði frá stönginni, tók stundum við.

Mais il était rare que François prenne les devants

En það var sjaldgæft að François tæki forystuna.

parce que Perrault était pressé de livrer les lettres et les colis.

því að Perrault var í óðaönn að afhenda bréfin og pakkana.

Perrault était fier de sa connaissance de la neige, et surtout de la glace.
Perrault var stoltur af þekkingu sinni á snjó, og sérstaklega ís.
Cette connaissance était essentielle, car la glace d'automne était dangereusement mince.
Sú þekking var nauðsynleg, því haustísinn var hættulega þunnur.
Là où l'eau coulait rapidement sous la surface, il n'y avait pas du tout de glace.
Þar sem vatn rann hratt undir yfirborðinu var enginn ís yfir höfuð.

Jour après jour, la même routine se répétait sans fin.
Dag eftir dag endurtók sama rútínan sig án enda.
Buck travaillait sans relâche sur les rênes, de l'aube jusqu'à la nuit.
Buck stritaði endalaust í taumunum frá dögun til kvölds.
Ils quittèrent le camp dans l'obscurité, bien avant le lever du soleil.
Þau yfirgáfu tjaldbúðirnar í myrkrinu, löngu áður en sólin var komin upp.
Au moment où le jour se leva, ils avaient déjà parcouru de nombreux kilomètres.
Þegar dagsbirta rann voru margar mílur þegar að baki þeim.
Ils ont installé leur campement après la tombée de la nuit, mangeant du poisson et creusant dans la neige.
Þau settu upp tjaldbúðir eftir að myrkrið skall á, borðuðu fisk og grófu sig í snjó.
Buck avait toujours faim et n'était jamais vraiment satisfait de sa ration.
Buck var alltaf svangur og aldrei alveg ánægður með matinn sinn.
Il recevait une livre et demie de saumon séché chaque jour.
Hann fékk eitt og hálft pund af þurrkuðum laxi á hverjum degi.
Mais la nourriture semblait disparaître en lui, laissant la faim derrière elle.

En maturinn virtist hverfa innra með honum og skildi hungrið eftir.

Il souffrait constamment de la faim et rêvait de plus de nourriture.

Hann þjáðist af stöðugum hungurkvölum og dreymdi um meiri mat.

Les autres chiens n'ont pris qu'une livre, mais ils sont restés forts.

Hinir hundarnir fengu aðeins eitt pund af mat, en þeir héldu áfram að vera sterkir.

Ils étaient plus petits et étaient nés dans le mode de vie du Nord.

Þau voru minni og höfðu fæðst inn í lífið á norðlægum slóðum.

Il perdit rapidement la méticulosité qui avait marqué son ancienne vie.

Hann missti fljótt þá nákvæmni sem hafði einkennt fyrra líf hans.

Il avait été un mangeur délicat, mais maintenant ce n'était plus possible.

Hann hafði verið mikill matarlystarmaður, en nú var það ekki lengur mögulegt.

Ses camarades ont terminé premiers et lui ont volé sa ration inachevée.

Félagar hans kláruðu fyrstir og rændu honum ókláruðum skammti hans.

Une fois qu'ils ont commencé, il n'y avait aucun moyen de défendre sa nourriture contre eux.

Þegar þeir voru byrjaðir var engin leið að verja matinn hans fyrir þeim.

Pendant qu'il combattait deux ou trois chiens, les autres volaient le reste.

Á meðan hann barðist við tvo eða þrjá hunda, stálu hinir afganginum.

Pour résoudre ce problème, il a commencé à manger aussi vite que les autres.

Til að laga þetta byrjaði hann að borða jafn hratt og hinir
borðuðu.

**La faim le poussait tellement qu'il prenait même de la
nourriture qui n'était pas la sienne.**

Hungrið ýtti svo mikið undir hann að hann borðaði jafnvel
mat sem ekki var hans eigin.

**Il observait les autres et apprenait rapidement de leurs
actions.**

Hann fylgdist með hinum og lærði fljótt af gjörðum þeirra.

**Il a vu Pike, un nouveau chien, voler une tranche de bacon à
Perrault.**

Hann sá Pike, nýjan hund, stela beikonsneið frá Perrault.

**Pike avait attendu que Perrault ait le dos tourné pour voler
le bacon.**

Pike hafði beðið þangað til Perrault hafði snúið baki við til að
stela beikoninu.

Le lendemain, Buck a copié Pike et a volé tout le morceau.

Daginn eftir hermdi Buck eftir Pike og stal öllum klumpnum.

Un grand tumulte s'ensuivit, mais Buck ne fut pas suspecté.

Mikil uppnámi fylgdi í kjölfarið, en Buck var ekki grunaður.

**Dub, un chien maladroit qui se faisait toujours prendre, a
été puni à la place.**

Dub, klaufalegur hundur sem alltaf var gripinn, var refsað í
staðinn.

**Ce premier vol a fait de Buck un chien apte à survivre dans
le Nord.**

Þessi fyrsti þjófnaður markaði Buck sem hund sem hæfan til
að lifa af í norðri.

**Il a montré qu'il pouvait s'adapter à de nouvelles conditions
et apprendre rapidement.**

Hann sýndi að hann gat aðlagað sig að nýjum aðstæðum og
lært hratt.

**Sans une telle adaptabilité, il serait mort rapidement et
gravement.**

Án slíkrar aðlögunarhæfni hefði hann dáið hratt og illa.

**Cela a également marqué l'effondrement de sa nature
morale et de ses valeurs passées.**

Það markaði einnig niðurbrot siðferðislegs eðlis hans og fyrri gildi.

Dans le Southland, il avait vécu sous la loi de l'amour et de la bonté.

Á Suðurlandi hafði hann lifað undir lögmáli kærleika og góðvildar.

Là, il était logique de respecter la propriété et les sentiments des autres chiens.

Þar var skynsamlegt að virða eignir og tilfinningar annarra hunda.

Mais le Northland suivait la loi du gourdin et la loi du croc.

En Norðurlandið fylgdi lögum um kylfu og lögum um vígtennur.

Quiconque respectait les anciennes valeurs ici était stupide et échouerait.

Sá sem virti gömul gildi hér var heimskur og myndi mistakast.

Buck n'a pas réfléchi à tout cela dans son esprit.

Buck hugsaði ekki allt þetta út í huga sér.

Il était en forme et s'est donc adapté sans avoir besoin de réfléchir.

Hann var í formi og aðlagaði sig því án þess að þurfa að hugsa.

De toute sa vie, il n'avait jamais fui un combat.

Alla ævi hafði hann aldrei flúið bardaga.

Mais la massue en bois de l'homme au pull rouge a changé cette règle.

En trékylfan hjá manninum í rauða peysunni breytti þeirri reglu.

Il suivait désormais un code plus profond et plus ancien, inscrit dans son être.

Nú fylgdi hann dýpri, eldri kóða sem var ritaður í veru hans.

Il ne volait pas par plaisir, mais par faim.

Hann stal ekki af ánægju, heldur af hungursneyð.

Il n'a jamais volé ouvertement, mais il a volé avec ruse et prudence.

Hann rændi aldrei opinberlega, heldur stal af lævísi og gætni.

Il a agi par respect pour la massue en bois et par peur du croc.

Hann gerði það af virðingu fyrir trékylfunni og ótta við vígtennuna.

En bref, il a fait ce qui était plus facile et plus sûr que de ne pas le faire.

Í stuttu máli gerði hann það sem var auðveldara og öruggara en að gera það ekki.

Son développement – ou peut-être son retour à ses anciens instincts – fut rapide.

Þroski hans — eða kannski afturhvarf hans til gamalla eðlishvöta — var hraður.

Ses muscles se durcirent jusqu'à devenir aussi forts que du fer.

Vöðvarnir hans harðnuðu þar til þeir voru eins sterkir og járn.

Il ne se souciait plus de la douleur, à moins qu'elle ne soit grave.

Hann var ekki lengur hræddur við sársaukann, nema hann væri alvarlegur.

Il est devenu efficace à l'intérieur comme à l'extérieur, ne gaspillant rien du tout.

Hann varð duglegur að innan sem utan og sóaði engu.

Il pouvait manger des choses viles, pourries ou difficiles à digérer.

Hann gat borðað það sem var viðurstyggilegt, rotið eða erfitt að melta.

Quoi qu'il mange, son estomac utilisait jusqu'au dernier morceau de valeur.

Hvað sem hann át, þá notaði maginn hans hverja einustu bita af verðmætum.

Son sang transportait les nutriments loin dans son corps puissant.

Blóð hans bar næringarefnin langt um allan öfluga líkama hans.

Cela a créé des tissus solides qui lui ont donné une endurance incroyable.

Þetta byggði upp sterka vefi sem gáfu honum ótrúlega
þolgæði.

**Sa vue et son odorat sont devenus beaucoup plus sensibles
qu'avant.**

Sjón hans og lyktarskyn urðu miklu næmari en áður.

**Son ouïe est devenue si fine qu'il pouvait détecter des sons
faibles pendant son sommeil.**

Heyrn hans varð svo skarp að hann gat greint dauf hljóð í
svefni.

**Il savait dans ses rêves si les sons signifiaient sécurité ou
danger.**

Hann vissi í draumum sínum hvort hljóðin þýddu öryggi eða
hættu.

Il a appris à mordre la glace entre ses orteils avec ses dents.

Hann lærði að bíta ísinn á milli tánna með tönnunum.

Si un point d'eau gelait, il brisait la glace avec ses jambes.

Ef vatnsból fraus yfir, braut hann ísinn með fótunum.

**Il se cabra et frappa violemment la glace avec ses membres
antérieurs raides.**

Hann reis á fætur og sló fast í ísinn með stífum framfótum.

**Sa capacité la plus frappante était de prédire les
changements de vent pendant la nuit.**

Helsta hæfileiki hans var að spá fyrir um vindbreytingar á
nóttunni.

**Même lorsque l'air était calme, il choisissait des endroits
abrités du vent.**

Jafnvel þegar kyrrt var í loftinu valdi hann staði sem voru
skjólgóðir fyrir vindi.

**Partout où il creusait son nid, le vent du lendemain le
passait à côté de lui.**

Hvar sem hann gróf hreiður sitt, fór vindurinn næsta dag fram
hjá honum.

Il finissait toujours par se blottir et se protéger, sous le vent.

Hann endaði alltaf hlýlega og varinn, í leysingunni frá
vindinum.

**Buck n'a pas seulement appris par l'expérience : son instinct
est également revenu.**

Buck lærði ekki aðeins af reynslunni — eðlishvötin kom líka aftur.

Les habitudes des générations domestiquées ont commencé à disparaître.

Venjur tamdra kynslóða fóru að falla úr gildi.

De manière vague, il se souvenait des temps anciens de sa race.

Á óljósan hátt minntist hann fornaldar kynþáttar síns.

Il repensa à l'époque où les chiens sauvages couraient en meute dans les forêts.

Hann hugsaði til baka til þess tíma þegar villihundar hlupu í hópum um skóga.

Ils avaient poursuivi et tué leur proie en la poursuivant.

Þeir höfðu elt bráð sína og drepið hana á meðan þeir eltu hana.

Il était facile pour Buck d'apprendre à se battre avec force et rapidité.

Það var auðvelt fyrir Buck að læra að berjast með tönn og hraða.

Il utilisait des coupures, des entailles et des coups rapides, tout comme ses ancêtres.

Hann notaði skurði, rista og snögga smellu rétt eins og forfeður hans.

Ces ancêtres se sont réveillés en lui et ont réveillé sa nature sauvage.

Þessir forfeður hrærðust í honum og vöktu villta eðli hans.

Leurs anciennes compétences lui avaient été transmises par le sang.

Gamlir hæfileikar þeirra höfðu erfst til hans í gegnum ættlínuna.

Leurs tours étaient désormais à lui, sans besoin de pratique ni d'effort.

Brellur þeirra voru nú hans, án þess að þörf væri á æfingu eða fyrirhöfn.

Lors des nuits calmes et froides, Buck levait le nez et hurlait.

Á köldum, köldum nóttum lyfti Buck nefinu og ýlfraði.

Il hurla longuement et profondément, comme le faisaient les loups autrefois.

Hann ýlfraði langt og djúpt, eins og úlfar höfðu gert fyrir löngu síðan.

À travers lui, ses ancêtres morts pointaient leur nez et hurlaient.

Í gegnum hann bentu látnir forfeður hans nefinu og úlfuðu.

Ils ont hurlé à travers les siècles avec sa voix et sa forme.

Þau úlfuðu niður í gegnum aldirnar í röddu hans og lögun.

Ses cadences étaient les leurs, de vieux cris qui parlaient de chagrin et de froid.

Rytmar hans voru þeirra, gömul óp sem sögðu frá sorg og kulda.

Ils chantaient l'obscurité, la faim et le sens de l'hiver.

Þau sungu um myrkrið, um hungur og merkingu vetrarins.

Buck a prouvé que la vie est façonnée par des forces qui nous dépassent.

Buck sannaði hvernig lífið er mótað af kröftum utan manns sjálfs,

L'ancienne chanson s'éleva à travers Buck et s'empara de son âme.

Hin forni söngur reis upp í gegnum Buck og náði tökum á sál hans.

Il s'est retrouvé parce que les hommes avaient trouvé de l'or dans le Nord.

Hann fann sjálfan sig vegna þess að menn höfðu fundið gull í norðri.

Et il s'est retrouvé parce que Manuel, l'aide du jardinier, avait besoin d'argent.

Og hann fann sig vegna þess að Manuel, aðstoðarmaður garðyrkjumannsins, þurfti peninga.

La Bête Primordiale Dominante
Ríkjandi frumdýrið

La bête primordiale dominante était aussi forte que jamais en Buck.
Ríkjandi frumdýrið var jafn sterkt og alltaf í Buck.
Mais la bête primordiale dominante sommeillait en lui.
En ríkjandi frumdýrið hafði legið í dvala í honum.
La vie sur le sentier était dure, mais elle renforçait la bête qui sommeillait en Buck.
Lífið á gönguleiðinni var hart, en það styrkti skepnuna innra með Buck.
Secrètement, la bête devenait de plus en plus forte chaque jour.
Leynilega varð skepnan sterkari og sterkari með hverjum deginum.
Mais cette croissance intérieure est restée cachée au monde extérieur.
En þessi innri vöxtur var falinn fyrir umheiminum.
Une force primordiale, calme et tranquille, se construisait à l'intérieur de Buck.
Rólegur og rólegur frumkraftur var að myndast innra með Buck.
Une nouvelle ruse a donné à Buck l'équilibre, le calme, le contrôle et l'équilibre.
Ný slægð gaf Buck jafnvægi, ró og stjórn.
Buck s'est concentré sur son adaptation, sans jamais se sentir complètement détendu.
Buck einbeitti sér mikið að því að aðlagast og fann sig aldrei alveg afslappaðan.
Il évitait les conflits, ne déclenchait jamais de bagarres et ne cherchait jamais les ennuis.
Hann forðaðist átök, byrjaði aldrei rifrildi né leitaði vandræða.
Une réflexion lente et constante façonnait chaque mouvement de Buck.
Hæg og jöfn hugsun mótaði hverja hreyfingu Bucks.

Il évitait les choix irréfléchis et les décisions soudaines et imprudentes.

Hann forðaðist fljótfærnislegar ákvarðanir og skyndilegar, gálausar ákvarðanir.

Bien que Buck détestait profondément Spitz, il ne lui montrait aucune agressivité.

Þótt Buck hataði Spitz innilega sýndi hann honum enga árásargirni.

Buck n'a jamais provoqué Spitz et a gardé ses actions contenues.

Buck ögraði Spitz aldrei og hélt hófi sínu.

Spitz, de son côté, sentait le danger grandissant chez Buck.

Spitz, hins vegar, skynjaði vaxandi hættu steðjað að Buck.

Il considérait Buck comme une menace et un sérieux défi à son pouvoir.

Hann leit á Buck sem ógn og alvarlega áskorun við völd sín.

Il profitait de chaque occasion pour grogner et montrer ses dents acérées.

Hann notaði hvert tækifæri til að urra og sýna hvassar tennurnar sínar.

Il essayait de déclencher le combat mortel qui devait avoir lieu.

Hann var að reyna að hefja þá banvænu baráttu sem átti eftir að koma.

Au début du voyage, une bagarre a failli éclater entre eux.

Snemma í ferðinni var næstum því komið til slagsmála á milli þeirra.

Mais un accident inattendu a empêché le combat d'avoir lieu.

En óvænt slys kom í veg fyrir að átökin hefðu átt sér stað.

Ce soir-là, ils installèrent leur campement sur le lac Le Barge, extrêmement froid.

Um kvöldið settu þau upp tjaldbúðir við hið bitrandi kalda Le Barge-vatn.

La neige tombait fort et le vent soufflait comme un couteau.

Snjórinn var að falla og vindurinn skar eins og hnífur.

La nuit était venue trop vite et l'obscurité les entourait.

Nóttin kom of hratt og myrkrið umlukti þau.

Ils n'auraient pas pu choisir un pire endroit pour se reposer.

Þau hefðu varla getað valið sér verri hvíldarstað.

Les chiens cherchaient désespérément un endroit où se coucher.

Hundarnir leituðu örvæntingarfullir að stað til að leggjast niður.

Un haut mur de roche s'élevait abruptement derrière le petit groupe.

Hár klettaveggur reis bratt fyrir aftan litla hópinn.

La tente avait été laissée à Dyea pour alléger la charge.

Tjaldið hafði verið skilið eftir í Dyea til að létta álagið.

Ils n'avaient pas d'autre choix que d'allumer le feu sur la glace elle-même.

Þeir höfðu ekkert annað val en að kveikja eldinn á ísnum sjálfum.

Ils étendent leurs robes de nuit directement sur le lac gelé.

Þau breiddu svefnföt sín beint á islagða vatnið.

Quelques bâtons de bois flotté leur ont donné un peu de feu.

Nokkrir rekaviðarstafir gáfu þeim smá eld.

Mais le feu s'est allumé sur la glace et a fondu à travers elle.

En eldurinn var kveiktur á ísnum og þiðnaði í gegnum hann.

Finalement, ils mangeaient leur dîner dans l'obscurité.

Loksins borðuðu þau kvöldmatinn sinn í myrkri.

Buck s'est recroquevillé près du rocher, à l'abri du vent froid.

Buck krullaði sig saman við klettinn, skjólgóð fyrir köldum vindinum.

L'endroit était si chaud et sûr que Buck détestait déménager.

Staðurinn var svo hlýr og öruggur að Buck hataði að flytja í burtu.

Mais François avait réchauffé le poisson et distribuait les rations.

En François hafði hitað fiskinn og var að úthluta matarskammti.

Buck finit de manger rapidement et retourna dans son lit.

Buck lauk fljótt við að borða og fór aftur upp í rúmið sitt.

Mais Spitz était maintenant allongé là où Buck avait fait son lit.

En Spitz lá nú þar sem Buck hafði búið um rúmið sitt.

Un grognement sourd avertit Buck que Spitz refusait de bouger.

Lágt urr varaði Buck við því að Spitz neitaði að hreyfa sig.

Jusqu'à présent, Buck avait évité ce combat avec Spitz.

Þangað til nú hafði Buck forðast þessa baráttu við Spitz.

Mais au plus profond de Buck, la bête s'est finalement libérée.

En djúpt inni í Buck braust skepnan loksins laus.

Le vol de son lieu de couchage était trop difficile à tolérer.

Þjófnaðurinn á svefnplássi hans var of mikið til að þola.

Buck se lança sur Spitz, plein de colère et de rage.

Buck stökk á Spitz, fullur reiði og bræði.

Jusqu'à présent, Spitz pensait que Buck n'était qu'un gros chien.

Þangað til ekki hafði Spitz haldið að Buck væri bara stór hundur.

Il ne pensait pas que Buck avait survécu grâce à son esprit.

Hann hélt ekki að Buck hefði lifað af í gegnum anda sinn.

Il s'attendait à la peur et à la lâcheté, pas à la fureur et à la vengeance.

Hann bjóst við ótta og hugleysi, ekki reiði og hefnd.

François regarda les deux chiens sortir du nid en ruine.

François starði á meðan báðir hundarnir stukku úr rústuðu hreiðrinu.

Il comprit immédiatement ce qui avait déclenché cette lutte sauvage.

Hann skildi þegar í stað hvað hafði hrundið af stað þessari villtu baráttu.

« Aa-ah ! » s'écria François en soutien au chien brun.

„A-a!" hrópaði François til stuðnings brúna hundinum.

« Frappez-le ! Par Dieu, punissez ce voleur sournois ! »

„Látið hann berja! Fyrir Guði, refsið þessum lævísa þjófi!"

Spitz a montré une volonté égale et une impatience folle de se battre.

Spitz sýndi jafnan vilja og mikinn ákafa til að berjast.

Il cria de rage tout en tournant rapidement en rond, cherchant une ouverture.

Hann hrópaði upp af reiði á meðan hann hringdi hratt í leit að opnun.

Buck a montré la même soif de combat et la même prudence.

Buck sýndi sömu baráttuþrá og sömu varúð.

Il a également encerclé son adversaire, essayant de prendre le dessus dans la bataille.

Hann hringdi líka í kringum andstæðing sinn og reyndi að ná yfirhöndinni í bardaganum.

Puis quelque chose d'inattendu s'est produit et a tout changé.

Þá gerðist eitthvað óvænt og breytti öllu.

Ce moment a retardé l'éventuelle lutte pour le leadership.

Sú stund tafði fyrir endanlegri báráttu um forystuna.

De nombreux kilomètres de piste et de lutte attendaient encore avant la fin.

Margar kílómetra af slóð og barátta biðu enn fyrir endalokunum.

Perrault cria un juron tandis qu'une massue frappait un os.

Perrault hrópaði eið þegar kylfa lamdi við bein.

Un cri aigu de douleur suivit, puis le chaos explosa tout autour.

Skarpt sársaukaóp fylgdi í kjölfarið, síðan braust út ringulreið allt í kring.

Des formes sombres se déplaçaient dans le camp ; des huskies sauvages, affamés et féroces.

Dökkar verur hreyfðust í búðunum; villtir huskyr, sveltir og grimmir.

Quatre ou cinq douzaines de huskies avaient reniflé le camp de loin.

Fjórir eða fimm tugir husky-hunda höfðu þefað af búðunum úr fjarlægð.

Ils s'étaient glissés discrètement pendant que les deux chiens se battaient à proximité.

Þeir höfðu laumast hljóðlega inn á meðan hundarnir tveir börðust í grenndinni.

François et Perrault chargèrent en brandissant des massues sur les envahisseurs.

François og Perrault réðust á og sveifluðu kylfum að innrásarhermum.

Les huskies affamés ont montré les dents et ont riposté avec frénésie.

Sveltandi husky-hundarnir sýndu tennurnar og börðust á móti í ofboði.

L'odeur de la viande et du pain les avait chassés de toute peur.

Lyktin af kjöti og brauði hafði hrætt þau yfir allan ótta.

Perrault battait un chien qui avait enfoui sa tête dans la boîte à nourriture.

Perrault barði hund sem hafði grafið höfuðið í matarkistuna.

Le coup a été violent et la boîte s'est retournée, la nourriture s'est répandue.

Höggið var hart og kassinn hvolfdi og matur lak út.

En quelques secondes, une vingtaine de bêtes sauvages déchirèrent le pain et la viande.

Á nokkrum sekúndum rifuðu tugir villidýra í brauðið og kjötið.

Les gourdin masculins ont porté coup sur coup, mais aucun chien ne s'est détourné.

Karlaklúbbarnir lentu högg á fætur öðru, en enginn hundur sneri sér undan.

Ils hurlaient de douleur, mais se battaient jusqu'à ce qu'il ne reste plus de nourriture.

Þau úlfuðu af sársauka en börðust þar til enginn matur var eftir.

Pendant ce temps, les chiens de traîneau avaient sauté de leurs lits enneigés.

Á meðan höfðu sleðahundarnir stokkið úr snjóþöktum rúmum sínum.

Ils ont été immédiatement attaqués par les huskies vicieux et affamés.

Þeir voru þegar í stað ráðist af grimmilegum, svöngum husky-hundum.

Buck n'avait jamais vu de créatures aussi sauvages et affamées auparavant.

Buck hafði aldrei séð svona villtar og sveltar skepnur áður.

Leur peau pendait librement, cachant à peine leur squelette.

Húðin á þeim hékk laus og huldi varla beinagrindurnar.

Il y avait un feu dans leurs yeux, de faim et de folie

Í augum þeirra logaði eldur, af hungri og brjálæði

Il n'y avait aucun moyen de les arrêter, aucune résistance à leur ruée sauvage.

Ekkert var hægt að stöðva þá; enginn gat veitt þeim mótspyrnu gegn grimmd þeirra.

Les chiens de traîneau furent repoussés, pressés contre la paroi de la falaise.

Sleðahundarnir voru ýttir til baka, þrýstir upp að klettaveggnum.

Trois huskies ont attaqué Buck en même temps, déchirant sa chair.

Þrír huskyhundar réðust á Buck í einu og rifu í hold hans.

Du sang coulait de sa tête et de ses épaules, là où il avait été coupé.

Blóð rann úr höfði hans og öxlum, þar sem hann hafði verið skorinn.

Le bruit remplissait le camp : grognements, cris et cris de douleur.

Hávaðinn fyllti búðirnar; urr, æp og sársaukaóp.

Billee pleurait fort, comme d'habitude, prise dans la mêlée et la panique.

Billee grét hátt, eins og venjulega, gripinn af átökunum og óttanum.

Dave et Solleks se tenaient côte à côte, saignant mais provocants.

Dave og Solleks stóðu hlið við hlið, blóðugir en þrjóskir.

Joe s'est battu comme un démon, mordant tout ce qui s'approchait.

Joe barðist eins og djöfull og beit allt sem kom nálægt.

Il a écrasé la jambe d'un husky d'un claquement brutal de ses mâchoires.

Hann kramið fót á husky-hundi með einu hrottalegu kjálkaknissmelli.

Pike a sauté sur le husky blessé et lui a brisé le cou instantanément.

Pikka stökk á særða husky-hundinn og braut hann samstundis hálsinn.

Buck a attrapé un husky par la gorge et lui a déchiré la veine.

Buck greip hes hund í hálsinn og reif í gegnum æðina.

Le sang gicla et le goût chaud poussa Buck dans une frénésie.

Blóð sprautaðist og heita bragðið gerði Buck æstan.

Il s'est jeté sur un autre agresseur sans hésitation.

Hann kastaði sér án þess að hika við að ráðast á annan árásarmann.

Au même moment, des dents acérées s'enfoncèrent dans la gorge de Buck.

Á sama augnabliki grófu hvassar tennur sig í háls Bucks.

Spitz avait frappé de côté, attaquant sans avertissement.

Spitz hafði skotið til hliðar og ráðist á án viðvörunar.

Perrault et François avaient vaincu les chiens en volant la nourriture.

Perrault og François höfðu sigrað hundana sem stálu matnum.

Ils se sont alors précipités pour aider leurs chiens à repousser les attaquants.

Nú hlupu þau til að hjálpa hundunum sínum að berjast gegn árásarmönnum.

Les chiens affamés se retirèrent tandis que les hommes brandissaient leurs gourdins.

Sveltandi hundarnir hörfuðu á meðan mennirnir sveifluðu kylfunum sínum.

Buck s'est libéré de l'attaque, mais l'évasion a été brève.

Buck slapp undan árásinni en flóttinn var skammur.

Les hommes ont couru pour sauver leurs chiens, et les huskies ont de nouveau afflué.

Mennirnir hlupu til að bjarga hundunum sínum og husky-hundarnir þyrptust aftur að.

Billee, effrayé et courageux, sauta dans la meute de chiens.

Billee, hræddur og hugrakkur, stökk inn í hundahópinn.

Mais il s'est alors enfui sur la glace, saisi de terreur et de panique.

En þá flúði hann yfir ísinn, í ótta og læti.

Pike et Dub suivaient de près, courant pour sauver leur vie.

Pike og Dub fylgdu fast á eftir og hlupu fyrir líf sitt.

Le reste de l'équipe s'est séparé et dispersé, les suivant.

Restin af liðinu hrundi og dreifðist, á eftir þeim.

Buck rassembla ses forces pour courir, mais vit alors un éclair.

Buck safnaði kröftum sínum til að hlaupa, en sá þá leifturljós.

Spitz s'est jeté sur le côté de Buck, essayant de le faire tomber au sol.

Spitz stökk að hlið Bucks og reyndi að fella hann.

Sous cette foule de huskies, Buck n'aurait eu aucune échappatoire.

Undir þessum hópi husky-hunda hefði Buck enga undankomuleið átt.

Mais Buck est resté ferme et s'est préparé au coup de Spitz.

En Buck stóð fastur og bjó sig undir höggið frá Spitz.

Puis il s'est retourné et a couru sur la glace avec l'équipe en fuite.

Þá sneri hann sér við og hljóp út á ísinn með flóttaliðinu.

Plus tard, les neuf chiens de traîneau se sont rassemblés à l'abri des bois.

Seinna söfnuðust sleðahundarnir níu saman í skjóli skógarins.

Personne ne les poursuivait plus, mais ils étaient battus et blessés.

Enginn elti þá lengur, en þeir voru barðir og særðir.

Chaque chien avait des blessures ; quatre ou cinq coupures profondes sur chaque corps.

Hver hundur var með sár; fjóra eða fimm djúpa skurði á hverjum líkama.

Dub avait une patte arrière blessée et avait du mal à marcher maintenant.

Dub var með meiðsli á afturfóti og átti erfitt með að ganga núna.

Dolly, le nouveau chien de Dyea, avait la gorge tranchée.

Dolly, nýjasti hundurinn frá Dyea, var með skurð á hálsi.

Joe avait perdu un œil et l'oreille de Billee était coupée en morceaux

Joe hafði misst augað og eyrað á Billee var skorið í sundur.

Tous les chiens ont crié de douleur et de défaite toute la nuit.

Allir hundarnir grétu af sársauka og ósigri alla nóttina.

À l'aube, ils retournèrent au camp, endoloris et brisés.

Í dögun læddust þeir aftur til búðanna, sárir og sundraðir.

Les huskies avaient disparu, mais le mal était fait.

Huskí-hundarnir voru horfnir en skaðinn var skeður.

Perrault et François étaient de mauvaise humeur à cause de la ruine.

Perrault og François stóðu í vondu skapi yfir rústunum.

La moitié de la nourriture avait disparu, volée par les voleurs affamés.

Helmingurinn af matnum var horfinn, rændur af svöngum þjófum.

Les huskies avaient déchiré les fixations et la toile du traîneau.

Huskí-hundarnir höfðu rifið sig í gegnum sleðabindingar og striga.

Tout ce qui avait une odeur de nourriture avait été complètement dévoré.

Allt sem lyktaði af mat hafði verið gjörsamlega étið upp.

Ils ont mangé une paire de bottes de voyage en peau d'élan de Perrault.

Þau átu par af ferðastígvélum Perraults úr elgskinn.

Ils ont mâché des reis en cuir et ruiné des sangles au point de les rendre inutilisables.

Þau tuggðu leðurreimar og eyðilögðu ólar sem voru ónýtir.

François cessa de fixer le fouet déchiré pour vérifier les chiens.

François hætti að stara á rifin augnhár til að athuga hundana.

« Ah, mes amis », dit-il d'une voix basse et pleine d'inquiétude.

„Æ, vinir mínir," sagði hann lágt og áhyggjufullur.

« Peut-être que toutes ces morsures vous transformeront en bêtes folles. »

„Kannski breyta öll þessi bit ykkur í brjálaðar skepnur."

« Peut-être que ce sont tous des chiens enragés, sacredam ! Qu'en penses-tu, Perrault ? »

„Kannski allir brjálaðir hundar, heilagur maður! Hvað heldurðu, Perrault?"

Perrault secoua la tête, les yeux sombres d'inquiétude et de peur.

Perrault hristi höfuðið, augun dökk af áhyggjum og ótta.

Il y avait encore quatre cents milles entre eux et Dawson.

Fjögur hundruð mílur voru enn á milli þeirra og Dawsons.

La folie canine pourrait désormais détruire toute chance de survie.

Hundaæði gæti nú eyðilagt alla möguleika á að lifa af.

Ils ont passé deux heures à jurer et à essayer de réparer le matériel.

Þau eyddu tveimur klukkustundum í að blótsyrða og reyna að laga búnaðinn.

L'équipe blessée a finalement quitté le camp, brisée et vaincue.

Særða liðið yfirgaf loksins búðirnar, brotið og sigrað.

C'était le sentier le plus difficile jusqu'à présent, et chaque pas était douloureux.

Þetta var erfiðasta leiðin hingað til og hvert skref var sársaukafullt.

La rivière Thirty Mile n'était pas gelée et coulait à flots.

Þrjátíu mílna áin hafði ekki frosið og fossaði villt.

Ce n'est que dans les endroits calmes et les tourbillons que la glace parvenait à tenir.

Aðeins á kyrrum stöðum og í hvirfilvindum tókst ísnum að haldast.

Six jours de dur labeur se sont écoulés jusqu'à ce que les trente milles soient parcourus.

Sex dagar af erfiðri vinnu liðu þar til þrjátíu mílurnar voru unnar.

Chaque kilomètre parcouru sur le sentier apportait du danger et une menace de mort.

Hver kílómetri af slóðinni bar með sér hættu og ógn um dauða.

Les hommes et les chiens risquaient leur vie à chaque pas douloureux.

Mennirnir og hundarnir hættu lífi sínu með hverju sársaukafullu skrefi.

Perrault a franchi des ponts de glace minces à une douzaine de reprises.

Perrault braust í gegnum þunnar ísbrýr tylft sinnum.

Il portait une perche et la laissait tomber sur le trou que son corps avait fait.

Hann bar stöng og lét hana falla þvert yfir gatið sem líkami hans gerði.

Plus d'une fois, ce poteau a sauvé Perrault de la noyade.

Oftar en einu sinni bjargaði sú stöng Perrault frá drukknun.

La vague de froid persistait, l'air était à cinquante degrés en dessous de zéro.

Kuldakastið hélst fast, loftið var fimmtíu gráður undir frostmarki.

Chaque fois qu'il tombait, Perrault devait allumer un feu pour survivre.

Í hvert skipti sem hann féll ofan í varð Perrault að kveikja eld til að lifa af.

Les vêtements mouillés gelaient rapidement, alors il les séchait près d'une source de chaleur intense.

Blaut föt frusu hratt, svo hann þurrkaði þau nálægt brennandi hita.

Aucune peur n'a jamais touché Perrault, et cela a fait de lui un courrier.

Perrault kæmi aldrei til ótta og það gerði hann að sendiboða.

Il a été choisi pour le danger, et il l'a affronté avec une résolution tranquille.

Hann var valinn til að takast á við hættuna og hann mætti henni með rólegri einbeitni.

Il s'avança face au vent, son visage ratatiné et gelé.

Hann hélt áfram gegn vindinum, visnað andlit hans frostbitið.

De l'aube naissante à la tombée de la nuit, Perrault les mena en avant.

Frá daufri dögun til myrkurs leiddi Perrault þá áfram.

Il marchait sur une étroite bordure de glace qui se fissurait à chaque pas.

Hann gekk á þröngum ísbrúnum sem sprakk við hvert skref.

Ils n'osaient pas s'arrêter : chaque pause risquait de provoquer un effondrement mortel.

Þau þorðu ekki að stoppa — hver þögn leiddi til banvæns hruns.

Un jour, le traîneau s'est brisé, entraînant Dave et Buck à l'intérieur.

Einu sinni braut sleðinn í gegn og dró Dave og Buck inn.

Au moment où ils ont été libérés, tous deux étaient presque gelés.

Þegar þeim var dregið lausum voru þau bæði næstum frosin.

Les hommes ont rapidement allumé un feu pour garder Buck et Dave en vie.

Mennirnir kveiktu eld í flýti til að halda Buck og Dave á lífi.

Les chiens étaient recouverts de glace du nez à la queue, raides comme du bois sculpté.

Hundarnir voru þaktir ís frá nefi til hala, stífir eins og útskornir trésteinar.

Les hommes les faisaient courir en rond près du feu pour décongeler leurs corps.

Mennirnir hlupu þeim í hringi nálægt eldinum til að þíða lík þeirra.

Ils se sont approchés si près des flammes que leur fourrure a été brûlée.

Þau komu svo nálægt eldinum að feldurinn á þeim sviðnaði.

Spitz a ensuite brisé la glace, entraînant l'équipe derrière lui.

Spitz braust næst í gegnum ísinn og dró liðið á eftir sér.

La cassure s'est étendue jusqu'à l'endroit où Buck tirait.

Brotið náði alla leið upp að þar sem Buck var að toga.

Buck se pencha en arrière, ses pattes glissant et tremblant sur le bord.

Buck hallaði sér fast aftur, lopparnir runnu og titruðu á brúninni.

Dave a également tendu vers l'arrière, juste derrière Buck sur la ligne.

Dave teygði sig einnig aftur á bak, rétt fyrir aftan Buck á línunni.

François tirait sur le traîneau, ses muscles craquant sous l'effort.

François dró sleðann upp á sér, vöðvarnir sprungu af áreynslu.

Une autre fois, la glace du bord s'est fissurée devant et derrière le traîneau.

Öðru sinni sprungu brúnís fyrir framan og aftan sleðann.

Ils n'avaient d'autre issue que d'escalader une paroi rocheuse gelée.

Þau höfðu enga leið út nema að klífa upp frosinn klettavegg.

Perrault a réussi à escalader le mur, mais un miracle l'a maintenu en vie.

Perrault klifraði einhvern veginn upp vegginn; kraftaverk hélt honum á lífi.

François resta en bas, priant pour avoir le même genre de chance.

François dvaldi niðri og bað um sömu gæfu.

Ils ont attaché chaque sangle, chaque amarrage et chaque traçage en une seule longue corde.

Þeir bundu allar ólar, festingar og sneiðar í eitt langt reipi.

Les hommes ont hissé chaque chien, un par un, jusqu'au sommet.

Mennirnir drógu hvern hundinn upp, einn í einu, upp á toppinn.

François est monté en dernier, après le traîneau et toute la charge.

François klifraði síðastur upp, á eftir sleðanum og öllum farminum.

Commença alors une longue recherche d'un chemin pour descendre des falaises.

Þá hófst löng leit að leið niður af klettunum.

Ils sont finalement descendus en utilisant la même corde qu'ils avaient fabriquée.

Loksins fóru þau niður með sama reipinu og þau höfðu búið til.

La nuit tombait alors qu'ils retournaient au lit de la rivière, épuisés et endoloris.

Nóttin skall á þegar þau sneru aftur að árfarveginum, úrvinda og aumingja.

La journée entière ne leur avait permis de gagner qu'un quart de mile.

Þau höfðu notað heilan dag til að leggja aðeins fjórðung mílu að baki.

Au moment où ils atteignirent le Hootalinqua, Buck était épuisé.

Þegar þau komu að Hootalinqua var Buck úrvinda.

Les autres chiens ont tout autant souffert des conditions du sentier.

Hinir hundarnir þjáðust alveg eins illa af aðstæðunum á gönguleiðinni.

Mais Perrault avait besoin de récupérer du temps et les poussait chaque jour.

En Perrault þurfti að endurheimta tímann og ýtti þeim áfram á hverjum degi.

Le premier jour, ils ont parcouru trente miles jusqu'à Big Salmon.

Fyrsta daginn ferðuðust þau þrjátíu mílur til Big Salmon.

Le lendemain, ils parcoururent trente-cinq milles jusqu'à Little Salmon.

Daginn eftir ferðuðust þau þrjátíu og fimm mílur til Little Salmon.

Le troisième jour, ils ont parcouru quarante longs kilomètres gelés.

Á þriðja degi óku þau í gegnum fjörutíu langar, frosnar mílur.

À ce moment-là, ils approchaient de la colonie de Five Fingers.

Þá voru þeir að nálgast byggðina Five Fingers.

Les pieds de Buck étaient plus doux que les pieds durs des huskies indigènes.

Fætur Bucks voru mýkri en harðir fætur innfæddra huskyhunda.

Ses pattes étaient devenues plus fragiles au fil des générations civilisées.

Löppurnar hans höfðu orðið mjúkar í gegnum margar siðmenntaðar kynslóðir.

Il y a longtemps, ses ancêtres avaient été apprivoisés par des hommes de la rivière ou des chasseurs.

Fyrir löngu síðan höfðu forfeður hans verið temdir af árfarvegsmönnum eða veiðimönnum.

Chaque jour, Buck boitait de douleur, marchant sur des pattes à vif et douloureuses.

Á hverjum degi haltraði Buck af sársauka og gekk á hráum, aumum loppum.

Au camp, Buck tomba comme une forme sans vie sur la neige.

Í tjaldbúðunum féll Buck niður eins og líflaus vera ofan í snjóinn.

Bien qu'affamé, Buck ne s'est pas levé pour manger son repas du soir.

Þótt Buck væri svangur vaknaði hann ekki til að borða kvöldmatinn.

François apporta sa ration à Buck, en déposant du poisson près de son museau.

François færði Buck fóður sinn og lagði fisk við trýni hans.

Chaque nuit, le chauffeur frottait les pieds de Buck pendant une demi-heure.

Á hverju kvöldi nuddaði bílstjórinn fætur Bucks í hálftíma.

François a même découpé ses propres mocassins pour en faire des chaussures pour chiens.

François skar meira að segja niður sín eigin mokkasínur til að búa til hundaskó.

Quatre chaussures chaudes ont apporté à Buck un grand et bienvenu soulagement.

Fjórir hlýir skór veittu Buck mikla og kærkomna létti.

Un matin, François oublia ses chaussures et Buck refusa de se lever.

Einn morgun gleymdi François skónum sínum og Buck neitaði að standa upp.

Buck était allongé sur le dos, les pieds en l'air, les agitant pitoyablement.

Buck lá á bakinu, fæturnir í loftinu og veifaði þeim aumkunarvert.

Même Perrault sourit à la vue de l'appel dramatique de Buck.

Jafnvel Perrault brosti við sjónina af dramatískri bæn Bucks.

Bientôt, les pieds de Buck devinrent durs et les chaussures purent être jetées.

Fljótlega urðu fætur Bucks harðir og hægt var að henda skónum.

À Pelly, pendant le temps du harnais, Dolly laissait échapper un hurlement épouvantable.

Þegar Pelly var í beislinu, kvað Dolly við hræðilegu úlfsæði.

Le cri était long et rempli de folie, secouant chaque chien.

Ópið var langt og fullt af brjálæði og skók alla hundana.

Chaque chien se hérissait de peur sans en connaître la raison.

Hver hundur hræddist án þess að vita ástæðuna.

Dolly était devenue folle et s'était jetée directement sur Buck.

Dolly var orðin brjáluð og kastaði sér beint á Buck.

Buck n'avait jamais vu la folie, mais l'horreur remplissait son cœur.

Buck hafði aldrei séð brjálæði, en hryllingur fyllti hjarta hans.

Sans réfléchir, il se retourna et s'enfuit, complètement paniqué.

Án þess að hugsa sig um sneri hann sér við og flúði í algjöru ofboði.

Dolly le poursuivit, les yeux fous, la salive s'échappant de ses mâchoires.

Dolly elti hann, augun villt, munnvatnið flaug úr kjálkunum á henni.

Elle est restée juste derrière Buck, sans jamais gagner ni reculer.

Hún hélt sig alveg á eftir Buck, náði aldrei á sig né hörfaði.

Buck courut à travers les bois, le long de l'île, sur de la glace déchiquetée.

Buck hljóp gegnum skóg, niður eyjuna, yfir ógegnsæjan ís.

Il traversa vers une île, puis une autre, revenant vers la rivière.

Hann fór yfir að eyju, síðan annarri, og sneri aftur að ánni.

Dolly le poursuivait toujours, son grognement le suivant de près à chaque pas.

Dolly elti hann samt sem áður, urraði fast á eftir henni við hvert fótmál.

Buck pouvait entendre son souffle et sa rage, même s'il n'osait pas regarder en arrière.

Buck heyrði andardrátt hennar og reiði, þótt hann þorði ekki að líta um öxl.

François cria de loin, et Buck se tourna vers la voix.

François hrópaði úr fjarlægð og Buck sneri sér að röddinni.

Encore à bout de souffle, Buck courut, plaçant tout espoir en François.

Buck hljóp enn eftir andanum og setti alla sína von á François.

Le conducteur du chien leva une hache et attendit que Buck passe à toute vitesse.

Hundaeigandinn lyfti öxi og beið á meðan Buck flaug fram hjá.

La hache s'abattit rapidement et frappa la tête de Dolly avec une force mortelle.

Öxin féll hratt niður og lenti í höfði Dollýjar með banvænum krafti.

Buck s'est effondré près du traîneau, essoufflé et incapable de bouger.

Buck hneig niður nálægt sleðanum, hvæsandi andardráttur og gat ekki hreyft sig.

Ce moment a donné à Spitz l'occasion de frapper un ennemi épuisé.

Þessi stund gaf Spitz tækifæri til að ráðast á þreyttan óvin.

Il a mordu Buck à deux reprises, déchirant la chair jusqu'à l'os blanc.

Tvisvar beit hann Buck og reif hold niður að hvítu beinunum.

Le fouet de François claqua, frappant Spitz avec toute sa force et sa fureur.

Svipa François brast og sló Spitz af fullum, heiftarlegum krafti.

Buck regarda avec joie Spitz recevoir sa raclée la plus dure jusqu'à présent.

Buck horfði gleðilega á meðan Spitz fékk sína hörðustu barsmíða hingað til.

« C'est un diable, ce Spitz », murmura sombrement Perrault pour lui-même.

„Hann er djöfull, þessi Spitz," muldraði Perrault dökkurlega við sjálfan sig.

« Un jour prochain, ce maudit chien tuera Buck, je le jure. »

„Einhvern tímann innan skamms mun þessi bölvaði hundur drepa Buck – ég sver það."

« Ce Buck a deux démons en lui », répondit François en hochant la tête.

„Það eru tveir djöflar í þessum Buck," svaraði François og kinkaði kolli.

« Quand je regarde Buck, je sais que quelque chose de féroce l'attend. »

„Þegar ég horfi á Buck, veit ég að eitthvað grimmt bíður hans."

« Un jour, il deviendra fou comme le feu et mettra Spitz en pièces. »

„Einn daginn verður hann brjálaður eins og eldur og rífur Spitz í sundur."

« Il va mâcher ce chien et le recracher sur la neige gelée. »

„Hann mun tyggja hundinn í sig og spýta honum út í frosna snjóinn."

« Bien sûr que non, je le sais au plus profond de moi. »

„Jú, eins og allt annað, ég veit þetta innst inni."

À partir de ce moment-là, les deux chiens étaient engagés dans une guerre.

Frá þeirri stundu voru hundarnir tveir í stríði.

Spitz a dirigé l'équipe et a conservé le pouvoir, mais Buck a contesté cela.

Spitz leiddi liðið og hélt völdum, en Buck véfengdi það.

Spitz a vu son rang menacé par cet étrange étranger du Sud.

Spitz sá að þessi undarlegi ókunnugi maður frá Suðurlandi ógnaði stöðu sinni.

Buck ne ressemblait à aucun autre chien du sud que Spitz avait connu auparavant.

Buck var ólíkur öllum öðrum suðrænum hundum sem Spitz hafði þekkt áður.

La plupart d'entre eux ont échoué, trop faibles pour survivre au froid et à la faim.

Flestir þeirra mistókust — of veikir til að lifa af kulda og hungur.

Ils sont morts rapidement à cause du travail, du gel et de la lenteur de la famine.

Þau dóu hratt undan erfiði, frosti og hægfara bruna hungursneyðar.

Buck se démarquait : plus fort, plus intelligent et plus sauvage chaque jour.

Buck stóð upp úr — sterkari, klárari og grimmari með hverjum deginum.

Il a prospéré dans les difficultés, grandissant jusqu'à égaler les huskies du Nord.

Hann dafnaði á erfiðleikum og óx upp til að jafna sig við norðurhluta husky-hundanna.

Buck avait de la force, une habileté sauvage et un instinct patient et mortel.

Buck hafði styrk, ótrúlega færni og þolinmóður, dauðans eðlishvöt.

L'homme avec la massue avait fait perdre à Buck toute témérité.

Maðurinn með kylfuna hafði barið Buck til fanga.

La fureur aveugle avait disparu, remplacée par une ruse silencieuse et un contrôle.

Blind reiði var horfin, í staðinn kom hljóðlát slægð og stjórn.

Il attendait, calme et primitif, guettant le bon moment.

Hann beið, rólegur og frumstæður, og vænti rétta augnabliksins.

Leur lutte pour le commandement est devenue inévitable et claire.

Barátta þeirra um yfirráð varð óhjákvæmileg og ljós.

Buck désirait être un leader parce que son esprit l'exigeait.

Buck þráði forystu vegna þess að andi hans krafðist hennar.

Il était poussé par l'étrange fierté née du sentier et du harnais.

Hann var knúinn áfram af þeim undarlega stolti sem fæddist af slóð og beisli.

Cette fierté a poussé les chiens à tirer jusqu'à ce qu'ils s'effondrent sur la neige.

Þessi stolti fékk hunda til að draga sig þangað til þeir hrundu í snjónum.

L'orgueil les a poussés à donner toute la force qu'ils avaient.

Stolt lokkaði þá til að gefa allan þann styrk sem þeir höfðu.

L'orgueil peut attirer un chien de traîneau jusqu'à la mort.

Stolt getur lokkað sleðahund jafnvel þangað til hann drepur hann.

La perte du harnais a laissé les chiens brisés et sans but.

Að missa beislið skildi hundana eftir brotna og tilgangslausa.

Le cœur d'un chien de traîneau peut être brisé par la honte lorsqu'il prend sa retraite.

Skömm getur kramið hjarta sleðahunds þegar hann fer á eftirlaun.

Dave vivait avec cette fierté alors qu'il tirait le traîneau par derrière.

Dave lifði eftir þeim stolti þegar hann dró sleðann að aftan.

Solleks, lui aussi, a tout donné avec une force et une loyauté redoutables.

Solleks gaf líka allt sem hann hafði af grimmd og tryggð.

Chaque matin, l'orgueil les faisait passer de l'amertume à la détermination.

Á hverjum morgni breytti stoltið þeim úr biturleika í ákveðni.

Ils ont poussé toute la journée, puis sont restés silencieux à la fin du camp.

Þau ýttu á allan daginn og þögnuðu svo við enda búðanna.

Cette fierté a donné à Spitz la force de battre les tire-au-flanc.

Þetta stolt gaf Spitz styrk til að komast á undan skjólstæðingum sem voru að skjóta sér niður.

Spitz craignait Buck parce que Buck portait cette même fierté profonde.

Spitz óttaðist Buck vegna þess að Buck bar með sér þennan sama djúpa stolt.

L'orgueil de Buck s'est alors retourné contre Spitz, et il ne s'est pas arrêté.

Stolt Bucks æsti sig nú gegn Spitz og hann hætti ekki.

Buck a défié le pouvoir de Spitz et l'a empêché de punir les chiens.

Buck óhlýðnaðist valdi Spitz og kom í veg fyrir að hann refsaði hundum.

Lorsque les autres échouaient, Buck s'interposait entre eux et leur chef.

Þegar aðrir brugðust, steig Buck á milli þeirra og leiðtoga þeirra.

Il l'a fait intentionnellement, en rendant son défi ouvert et clair.

Hann gerði þetta af ásettu ráði, gerði áskorun sína opna og skýra.

Une nuit, une forte neige a recouvert le monde d'un profond silence.

Eina nótt huldi þungur snjór heiminn í djúpri þögn.

Le lendemain matin, Pike, paresseux comme toujours, ne se leva pas pour aller travailler.

Næsta morgun vaknaði Pike, latur eins og alltaf, ekki til vinnu.

Il est resté caché dans son nid sous une épaisse couche de neige.

Hann faldi sig í hreiðri sínu undir þykku snjólagi.

François a appelé et cherché, mais n'a pas pu trouver le chien.

François kallaði og leitaði en fann ekki hundinn.

Spitz devint furieux et se précipita à travers le camp couvert de neige.

Spitz æsti og þaut gegnum snæviþöktu búðirnar.

Il grogna et renifla, creusant frénétiquement avec des yeux flamboyants.

Hann urraði og þefaði, gróf eins og brjálæðingur með logandi augum.

Sa rage était si féroce que Pike tremblait sous la neige de peur.

Reiði hans var svo mikil að Pike skalf undir snjónum af ótta.

Lorsque Pike fut finalement retrouvé, Spitz se précipita pour punir le chien qui se cachait.

Þegar Pike fannst loksins, stökk Spitz til að refsa hundinum sem hafði falið sig.

Mais Buck s'est précipité entre eux avec une fureur égale à celle de Spitz.

En Buck stökk á milli þeirra með jafn mikilli reiði og Spitz sjálfur.

L'attaque fut si soudaine et intelligente que Spitz tomba.

Árásin var svo skyndileg og snjöll að Spitz datt af fótunum.

Pike, qui tremblait, puisa du courage dans ce défi.

Pike, sem hafði verið að skjálfa, fann hugrekki í þessari þrjósku.

Il sauta sur le Spitz tombé, suivant l'exemple audacieux de Buck.

Hann stökk á fallna Spitz-hundinn og fylgdi djarfri fordæmi Bucks.

Buck, n'étant plus tenu par l'équité, a rejoint la grève contre Spitz.

Buck, sem ekki lengur var bundinn af sanngirni, gekk til liðs við árásina á Spitz.

François, amusé mais ferme dans sa discipline, balançait son lourd fouet.

François, skemmtur en samt ákveðinn í aga, sveiflaði þungu svipunni sinni.

Il frappa Buck de toutes ses forces pour mettre fin au combat.

Hann sló Buck af öllum kröftum til að stöðva bardagann.

Buck a refusé de bouger et est resté au sommet du chef tombé.

Buck neitaði að hreyfa sig og hélt sig ofan á föllna leiðtoganum.

François a ensuite utilisé le manche du fouet, frappant Buck durement.

François notaði þá handfang svipunnar og sló Buck fast.

Titubant sous le coup, Buck recula sous l'assaut.

Buck hrasaði eftir höggið og féll aftur undan árásinni.

François frappait encore et encore tandis que Spitz punissait Pike.

François sló aftur og aftur á meðan Spitz refsaði Pike.

Les jours passèrent et Dawson City se rapprocha de plus en plus.

Dagarnir liðu og Dawson-borg óx og nær.

Buck n'arrêtait pas d'intervenir, se glissant entre le Spitz et les autres chiens.

Buck hélt áfram að skipta sér af þessu og smeygði sér á milli Spitz og annarra hunda.

Il choisissait bien ses moments, attendant toujours que François parte.

Hann valdi stundirnar sínar vel, beið alltaf eftir að François færi.

La rébellion silencieuse de Buck s'est propagée et le désordre a pris racine dans l'équipe.

Hljóðlát uppreisn Bucks breiddist út og óreiðu festi rætur í liðinu.

Dave et Solleks sont restés fidèles, mais d'autres sont devenus indisciplinés.

Dave og Solleks voru tryggir en aðrir urðu óstýrilátir.

L'équipe est devenue de plus en plus agitée, querelleuse et hors de propos.

Liðið versnaði — eirðarlaust, rifrildisríkt og út af sporinu.

Plus rien ne fonctionnait correctement et les bagarres devenaient courantes.

Ekkert gekk lengur snurðulaust og slagsmál urðu algeng.

Buck est resté au cœur des troubles, provoquant toujours des troubles.

Buck var kjarninn í vandræðunum og vakti alltaf upp óróa.

François restait vigilant, effrayé par le combat entre Buck et Spitz.

François var vakandi, hræddur við slagsmálin milli Bucks og Spitz.

Chaque nuit, des bagarres le réveillaient, craignant que le commencement n'arrive enfin.

Á hverri nóttu vöktu slagsmál hann, af ótta við að byrjunin væri loksins komin.

Il sauta de sa robe, prêt à mettre fin au combat.

Hann stökk úr skikkjunni, tilbúinn að stöðva bardagann.

Mais le moment n'arriva jamais et ils atteignirent finalement Dawson.

En stundin kom aldrei og þau náðu loksins til Dawsons.

L'équipe est entrée dans la ville un après-midi sombre, tendu et calme.

Liðið kom inn í bæinn einn dimman síðdegis, spennt og hljótt.

La grande bataille pour le leadership était encore en suspens dans l'air glacial.

Hin mikla barátta um forystuna hékk enn í frosnu lofti.

Dawson était rempli d'hommes et de chiens de traîneau, tous occupés à travailler.

Dawson var troðfullt af mönnum og sleðahundum, allir önnum kafnir við vinnu.

Buck regardait les chiens tirer des charges du matin au soir.
Buck horfði á hundana draga byrðar frá morgni til kvölds.
Ils transportaient des bûches et du bois de chauffage et
acheminaient des fournitures vers les mines.
Þeir fluttu viðarkubba og eldivið og fluttu vistir í námurnar.
Là où les chevaux travaillaient autrefois dans le Southland,
les chiens travaillent désormais.
Þar sem hestar unnu áður á Suðurlandi, unnu hundar nú
erfiði.
Buck a vu quelques chiens du Sud, mais la plupart étaient
des huskies ressemblant à des loups.
Buck sá nokkra hunda að sunnanverðu, en flestir voru
úlfalíkir huskyhundar.
La nuit, comme une horloge, les chiens élevaient la voix
pour chanter.
Á nóttunni, eins og klukka, hófu hundarnir röddina sína í
söng.
À neuf heures, à minuit et à nouveau à trois heures, les
chants ont commencé.
Klukkan níu, um miðnætti og aftur klukkan þrjú hófst
söngurinn.
Buck aimait se joindre à leur chant étrange, au son sauvage
et ancien.
Buck elskaði að taka þátt í óhugnalegum söng þeirra, villtum
og fornum í hljóði.
Les aurores boréales flamboyaient, les étoiles dansaient et la
neige recouvrait le pays.
Norðurljósin loguðu, stjörnur dönsuðu og snjór huldi landið.
Le chant des chiens s'éleva comme un cri contre le silence et
le froid glacial.
Söngur hundanna reis upp eins og óp gegn þögninni og
bitrandi kuldanum.
Mais leur hurlement contenait de la tristesse, et non du défi,
dans chaque longue note.
En úlf þeirra bar með sér sorg, ekki ögrun, í hverjum einasta
löngum nótum.

Chaque cri plaintif était plein de supplications, le fardeau de la vie elle-même.

Hvert kveinstaf var fullt af bæn; byrði lífsins sjálfs.

Cette chanson était vieille, plus vieille que les villes et plus vieille que les incendies.

Þetta lag var gamalt – eldra en bæir og eldra en eldar

Cette chanson était encore plus ancienne que les voix des hommes.

Þetta lag var jafnvel eldra en raddir manna.

C'était une chanson du monde des jeunes, quand toutes les chansons étaient tristes.

Þetta var lag frá unga heiminum, þegar öll lög voru sorgleg.

La chanson portait la tristesse d'innombrables générations de chiens.

Lagið bar með sér sorg frá óteljandi kynslóðum hunda.

Buck ressentait profondément la mélodie, gémissant de douleur enracinée dans les âges.

Buck fann laglínuna djúpt, kveinaði af sársauka sem átti rætur sínar að rekja til aldanna.

Il sanglotait d'un chagrin aussi vieux que le sang sauvage dans ses veines.

Hann grét af sorg jafn gamalli og villiblóðið í æðum hans.

Le froid, l'obscurité et le mystère ont touché l'âme de Buck.

Kuldinn, myrkrið og leyndardómurinn snertu sál Bucks.

Cette chanson prouvait à quel point Buck était revenu à ses origines.

Þetta lag sannaði hversu langt Buck hafði snúið aftur til uppruna síns.

À travers la neige et les hurlements, il avait trouvé le début de sa propre vie.

Í gegnum snjó og ýlfur hafði hann fundið upphaf sitt eigið líf.

Sept jours après leur arrivée à Dawson, ils repartent.

Sjö dögum eftir komu þeirra til Dawson lögðu þau af stað aftur.

L'équipe est descendue de la caserne jusqu'au sentier du Yukon.

Liðið fór frá herbúðunum niður að Yukon-slóðinni.

Ils ont commencé le voyage de retour vers Dyea et Salt Water.

Þau hófu ferðina aftur til Dyea og Salt Water.

Perrault portait des dépêches encore plus urgentes qu'auparavant.

Perrault flutti enn brýnni sendingar en áður.

Il était également saisi par la fierté du sentier et avait pour objectif d'établir un record.

Hann var einnig gripinn af slóðastolti og stefndi að því að setja met.

Cette fois, plusieurs avantages étaient du côté de Perrault.

Að þessu sinni voru nokkrir kostir í þágu Perraults.

Les chiens s'étaient reposés pendant une semaine entière et avaient repris des forces.

Hundarnir höfðu hvílt sig í heila viku og náð kröftum sínum aftur.

Le sentier qu'ils avaient ouvert était maintenant damé par d'autres.

Slóðin sem þeir höfðu rofið var nú troðin af öðrum.

À certains endroits, la police avait stocké de la nourriture pour les chiens et les hommes.

Á köflum hafði lögreglan geymt mat fyrir bæði hunda og karla.

Perrault voyageait léger, se déplaçait rapidement et n'avait pas grand-chose pour l'alourdir.

Perrault ferðaðist létt, hratt og lítið sem þyngdi hann.

Ils ont atteint Sixty-Mile, une course de cinquante milles, dès la première nuit.

Þau náðu Sixty-Mile, fimmtíu mílna hlaupi, fyrstu nóttina.

Le deuxième jour, ils se sont précipités sur le Yukon en direction de Pelly.

Á öðrum degi hlupu þeir upp Yukon-fljótið í átt að Pelly.

Mais ces beaux progrès ont été accompagnés de beaucoup de difficultés pour François.

En slíkar góðar framfarir fylgdu mikilli pressu fyrir François.

La rébellion silencieuse de Buck avait brisé la discipline de l'équipe.

Hljóðlát uppreisn Bucks hafði brotið niður aga liðsins.

Ils ne se rassemblaient plus comme une seule bête dans les rênes.

Þau drógust ekki lengur saman eins og ein skepna í taumunum.

Buck avait conduit d'autres personnes à la défiance par son exemple audacieux.

Buck hafði leitt aðra til óhlýðni með djörfung sinni.

L'ordre de Spitz n'a plus été accueilli avec crainte ou respect.

Skipun Spitz var ekki lengur mætt með ótta eða virðingu.

Les autres ont perdu leur respect pour lui et ont osé résister à son règne.

Hinir misstu lotningu sína fyrir honum og þorðu að veita honum mótspyrnu.

Une nuit, Pike a volé la moitié d'un poisson et l'a mangé sous les yeux de Buck.

Eina nóttina stal Pike hálfum fiski og át hann fyrir framan augað á Buck.

Une autre nuit, Dub et Joe se sont battus contre Spitz et sont restés impunis.

Annað kvöld börðust Dub og Joe við Spitz og sluppu óhegndir.

Même Billee gémissait moins doucement et montrait une nouvelle vivacité.

Jafnvel Billee kveinaði ekki eins sætlega og sýndi nýja skarpleika.

Buck grognait sur Spitz à chaque fois qu'ils se croisaient.

Buck urraði á Spitz í hvert skipti sem þeir mættust.

L'attitude de Buck devint audacieuse et menaçante, presque comme celle d'un tyran.

Viðhorf Bucks varð djarft og ógnandi, næstum eins og eineltismaður.

Il marchait devant Spitz avec une démarche assurée, pleine de menace moqueuse.

Hann gekk fram hjá Spitz með yfirlæti, fullum af
hæðnislegum ógnum.

**Cet effondrement de l'ordre s'est également propagé parmi
les chiens de traîneau.**

Þetta hrun reglnanna breiddist einnig út meðal
sleðahundanna.

**Ils se battaient et se disputaient plus que jamais, remplissant
le camp de bruit.**

Þau börðust og rifuðust meira en nokkru sinni fyrr og fylltu
búðirnar af hávaða.

**La vie au camp se transformait chaque nuit en un chaos
sauvage et hurlant.**

Lífið í búðunum breyttist í villt, æpandi ringulreið á hverju
kvöldi.

Seuls Dave et Solleks sont restés stables et concentrés.

Aðeins Dave og Solleks héldu stöðugir og einbeittu sér.

**Mais même eux sont devenus colériques à cause des
bagarres incessantes.**

En jafnvel þeir urðu skapstyggir eftir stöðugu slagsmálin.

**François jurait dans des langues étranges et piétinait de
frustration.**

François bölvaði á framandi tungumálum og trampaði niður í
gremju.

**Il s'arrachait les cheveux et criait tandis que la neige volait
sous ses pieds.**

Hann reif í hárið á sér og hrópaði á meðan snjór flaug undir
fæturna.

**Son fouet claqua sur le groupe, mais parvint à peine à les
maintenir en ligne.**

Svipan hans sló þvert yfir hópinn en hélt þeim naumlega í
röðinni.

Chaque fois qu'il tournait le dos, les combats reprenaient.

Í hvert skipti sem hann sneri baki við honum brutust
bardagarnir út aftur.

**François a utilisé le fouet pour Spitz, tandis que Buck a
dirigé les rebelles.**

François notaði svipuna fyrir Spitz, á meðan Buck leiddi uppreisnarmennina.

Chacun connaissait le rôle de l'autre, mais Buck évitait tout blâme.

Hvor um sig vissi hlutverk hins, en Buck forðaðist alla ásökun.

François n'a jamais surpris Buck en train de provoquer une bagarre ou de se dérober à son travail.

François tók aldrei eftir því að Buck byrjaði slagsmál eða svíkja sig úr vinnunni.

Buck travaillait dur sous le harnais – le travail lui faisait désormais vibrer l'esprit.

Buck vann hörðum höndum í beislinu — erfiðið kveikti nú mikinn áhuga hjá honum.

Mais il trouvait encore plus de joie à provoquer des bagarres et du chaos dans le camp.

En hann fann enn meiri gleði í því að kynda undir slagsmálum og ringulreið í búðunum.

Un soir, à l'embouchure du Tahkeena, Dub fit sursauter un lapin.

Eitt kvöldið við ósa Tahkeena hrökk Dub kanínu við.

Il a raté la prise et le lièvre d'Amérique s'est enfui.

Hann missti af gripnum og snjóskókanínan stökk í burtu.

En quelques secondes, toute l'équipe de traîneau s'est lancée à sa poursuite en poussant des cris sauvages.

Á nokkrum sekúndum elti allt sleðaliðið við með villtum ópum.

À proximité, un camp de la police du Nord-Ouest abritait une cinquantaine de chiens huskys.

Þar í grenndinni var lögreglubúðir norðvestursins sem hýstu fimmtíu huskyhunda.

Ils se sont joints à la chasse, descendant ensemble la rivière gelée.

Þau tóku þátt í veiðinni og fossuðu saman niður frosna ána.

Le lapin a quitté la rivière et s'est enfui dans le lit d'un ruisseau gelé.

Kanínan beygði af ánni og flúði upp frosinn lækjarfarveg.

Le lapin sautait légèrement sur la neige tandis que les chiens peinaient à se frayer un chemin.

Kanínan hoppaði létt yfir snjóinn á meðan hundarnir börðust í gegnum hann.

Buck menait l'énorme meute de soixante chiens dans chaque virage sinueux.

Buck leiddi risavaxna hópinn, sextíu hunda, í kringum hverja beygju.

Il avança, bas et impatient, mais ne put gagner du terrain.

Hann ýtti sér áfram, lágt og ákafur, en náði ekki fótfestu.

Son corps brillait sous la lune pâle à chaque saut puissant.

Líkami hans glitraði undir fölum tunglinu við hvert öflugt stökk.

Devant, le lapin se déplaçait comme un fantôme, silencieux et trop rapide pour être attrapé.

Á undan henni hreyfði kanínan sig eins og draugur, þögul og of hröð til að ná henni.

Tous ces vieux instincts – la faim, le frisson – envahirent Buck.

Allar þessar gömlu eðlishvötir — hungrið, spennan — þeyttu um Buck.

Les humains ressentent parfois cet instinct et sont poussés à chasser avec une arme à feu et des balles.

Menn finna stundum fyrir þessari eðlishvöt, knúnir til veiða með byssu og kúlu.

Mais Buck ressentait ce sentiment à un niveau plus profond et plus personnel.

En Buck fann þessa tilfinningu á dýpri og persónulegri plani.

Ils ne pouvaient pas ressentir la nature sauvage dans leur sang comme Buck pouvait la ressentir.

Þau gátu ekki fundið fyrir villimennskunni í blóði sínu eins og Buck gat fundið hana.

Il chassait la viande vivante, prêt à tuer avec ses dents et à goûter le sang.

Hann elti lifandi kjöt, tilbúinn að drepa með tönnunum og smakka blóð.

Son corps se tendait de joie, voulant se baigner dans la vie rouge et chaude.

Líkami hans þenstist af gleði, þráði að baða sig í heitu, rauðu lífi.

Une joie étrange marque le point le plus élevé que la vie puisse atteindre.

Undarleg gleði markar hæsta punkt sem lífið getur náð.

La sensation d'un pic où les vivants oublient même qu'ils sont en vie.

Tilfinningin um tind þar sem hinir lifandi gleyma að þeir eru jafnvel á lífi.

Cette joie profonde touche l'artiste perdu dans une inspiration fulgurante.

Þessi djúpa gleði snertir listamanninn sem er týndur í brennandi innblæstri.

Cette joie saisit le soldat qui se bat avec acharnement et n'épargne aucun ennemi.

Þessi gleði grípur hermanninn sem berst af miklum krafti og hlífir engum óvini.

Cette joie s'empara alors de Buck alors qu'il menait la meute dans une faim primitive.

Þessi gleði krafðist nú Bucks þar sem hann leiddi hópinn í frumstæðri hungri.

Il hurla avec le cri ancien du loup, ravi par la chasse vivante.

Hann öskraði með fornum úlfsópi, heillaður af lifandi eltingarleiknum.

Buck a puisé dans la partie la plus ancienne de lui-même, perdue dans la nature.

Buck kynnti sér elsta hluta sjálfs sín, týndan í óbyggðunum.

Il a puisé au plus profond de lui-même, au-delà de la mémoire, dans le temps brut et ancien.

Hann rétti djúpt inn í, fortíðarminningar, inn í hráan, fornan tíma.

Une vague de vie pure a traversé chaque muscle et chaque tendon.

Bylgja af hreinu lífi streymdi um alla vöðva og sinar.

Chaque saut criait qu'il vivait, qu'il traversait la mort.

Hvert stökk hrópaði að hann lifði, að hann færi sig í gegnum dauðann.

Son corps s'élevait joyeusement au-dessus d'une terre calme et froide qui ne bougeait jamais.

Líkami hans svif fagnandi yfir kyrrlátu, köldu landi sem aldrei hrærðist.

Spitz est resté froid et rusé, même dans ses moments les plus fous.

Spitz var kaldur og lævís, jafnvel á villtustu stundum sínum.

Il quitta le sentier et traversa un terrain où le ruisseau formait une large courbe.

Hann yfirgaf slóðina og fór yfir land þar sem lækurinn sveigði sig í bíðum.

Buck, inconscient de cela, resta sur le chemin sinueux du lapin.

Buck, sem vissi ekki af þessu, hélt sig á hlykkjóttum slóð kanínunnar.

Puis, alors que Buck tournait un virage, le lapin fantomatique était devant lui.

Þá, þegar Buck beygði, var draugalík kanínan fyrir framan hann.

Il vit une deuxième silhouette sauter de la berge devant la proie.

Hann sá aðra veru stökkva af bakkanum á undan bráðinni.

La silhouette était celle d'un Spitz, atterrissant juste sur le chemin du lapin en fuite.

Veran var Spitz, sem lenti beint í slóð kanínunnar sem var á flótta.

Le lapin ne pouvait pas se retourner et a rencontré les mâchoires de Spitz en plein vol.

Kanínan gat ekki snúið sér við og mætti kjálkum Spitz í lausu lofti.

La colonne vertébrale du lapin se brisa avec un cri aussi aigu que le cri d'un humain mourant.

Hryggur kanínunnar brotnaði með ópi jafn skörpum og ópi deyjandi manns.

À ce bruit – la chute de la vie à la mort – la meute hurla fort.

Við þetta hljóð – fallið frá lífi til dauða – öskraði hópurinn hátt.

Un chœur sauvage s'éleva derrière Buck, plein de joie sombre.

Grimmilegur kór reis upp að baki Buck, fullur af dökkri gleði.

Buck n'a émis aucun cri, aucun son, et a chargé directement Spitz.

Buck kveinaði ekki, ekkert hljóð, og hljóp beint á Spitz.

Il a visé la gorge, mais a touché l'épaule à la place.

Hann miðaði á hálsinn en hitti í staðinn í öxlina.

Ils dégringolèrent dans la neige molle, leurs corps bloqués dans le combat.

Þau veltust um mjúkan snjó; líkamar þeirra bundnir í bardaga.

Spitz se releva rapidement, comme s'il n'avait jamais été renversé.

Spitz spratt snöggt upp, eins og hann hefði aldrei verið felldur.

Il a entaillé l'épaule de Buck, puis s'est éloigné du combat.

Hann skar á öxlina á Buck og stökk síðan frá bardaganum.

À deux reprises, ses dents claquèrent comme des pièges en acier, ses lèvres se retroussèrent et devinrent féroces.

Tvisvar brotnuðu tennur hans eins og stálgildrur, varirnar voru krullaðar og grimmilegar.

Il recula lentement, cherchant un sol ferme sous ses pieds.

Hann bakkaði hægt og rólega og leitaði að traustu undirlagi undir fótum sér.

Buck a compris le moment instantanément et pleinement.

Buck skildi augnablikið samstundis og til fulls.

Le moment était venu ; le combat allait être un combat à mort.

Tíminn var kominn; baráttan yrði barátta upp til dauða.

Les deux chiens tournaient en rond, grognant, les oreilles plates, les yeux plissés.

Hundarnir tveir gengu í hringi, urruðu, með flöt eyru og þrengd augu.

Chaque chien attendait que l'autre montre une faiblesse ou fasse un faux pas.

Hvor hundur fyrir sig beið eftir að hinn sýndi veikleika eða mistök.

Pour Buck, la scène semblait étrangement connue et profondément ancrée dans ses souvenirs.

Buck fannst þetta atriði óhugnanlega þekkt og djúpt í minningunni.

Les bois blancs, la terre froide, la bataille au clair de lune.

Hvítir skógar, kalda jörðin, bardaginn undir tunglsljósinu.

Un silence pesant emplissait le pays, profond et contre nature.

Þung þögn fyllti landið, djúp og óeðlileg.

Aucun vent ne soufflait, aucune feuille ne bougeait, aucun bruit ne brisait le silence.

Enginn vindur hrærðist, ekkert lauf hreyfðist, ekkert hljóð rauf kyrrðina.

Le souffle des chiens s'élevait comme de la fumée dans l'air glacial et calme.

Andardráttur hundanna reis upp eins og reykur í frosnu, kyrrlátu loftinu.

Le lapin a été depuis longtemps oublié par la meute de bêtes sauvages.

Kanínan var löngu gleymd af villidýrahópnum.

Ces loups à moitié apprivoisés se tenaient maintenant immobiles dans un large cercle.

Þessir hálftamdu úlfar stóðu nú kyrrir í víðum hring.

Ils étaient silencieux, seuls leurs yeux brillants révélaient leur faim.

Þau voru þögul, aðeins glóandi augu þeirra sýndu hungrið.

Leur souffle s'éleva, regardant le combat final commencer.

Andardráttur þeirra reif upp á við, horfðu á lokabardagann hefjast.

Pour Buck, cette bataille était ancienne et attendue, pas du tout étrange.

Fyrir Buck var þessi orrusta gömul og væntanleg, alls ekki undarleg.

C'était comme un souvenir de quelque chose qui devait arriver depuis toujours.

Þetta var eins og minning um eitthvað sem alltaf átti að gerast.

Le Spitz était un chien de combat entraîné, affiné par d'innombrables bagarres sauvages.

Spitz var þjálfaður bardagahundur, sem hafði verið þjálfaður í ótal villtum slagsmálum.

Du Spitzberg au Canada, il a vaincu de nombreux ennemis.

Frá Svalbarði til Kanada hafði hann sigrað marga óvini.

Il était rempli de fureur, mais n'a jamais cédé au contrôle de la rage.

Hann var fullur reiði en lét aldrei stjórn á sér.

Sa passion était vive, mais toujours tempérée par un instinct dur.

Ástríða hans var skörp, en alltaf tempruð af hörðum eðlishvötum.

Il n'a jamais attaqué jusqu'à ce que sa propre défense soit en place.

Hann réðst aldrei á fyrr en eigin vörn var til staðar.

Buck a essayé encore et encore d'atteindre le cou vulnérable de Spitz.

Buck reyndi aftur og aftur að ná til viðkvæms háls Spitz.

Mais chaque coup était accueilli par un coup des dents acérées de Spitz.

En hverju höggi mætti Spitz höggi frá hvössum tönnum.

Leurs crocs se sont heurtés et les deux chiens ont saigné de leurs lèvres déchirées.

Tennur þeirra skelltust saman og báðir hundarnir blæddu úr rifnum vörum.

Peu importe comment Buck s'est lancé, il n'a pas pu briser la défense.

Sama hversu mikið Buck tókst að stökkva fram, hann gat ekki brotið vörnina.

Il devint de plus en plus furieux, se précipitant avec des explosions de puissance sauvages.

Hann æsti æ meir og þaut inn með villtum kraftaskotum.

À maintes reprises, Buck frappait la gorge blanche du Spitz.

Aftur og aftur reyndi Buck að ná hvítum hálsi Spitz.

À chaque fois, Spitz esquivait et riposta avec une morsure tranchante.

Í hvert skipti slapp Spitz undan og sló til baka með biti.

Buck changea alors de tactique, se précipitant à nouveau comme pour atteindre la gorge.

Þá breytti Buck um taktík og hljóp aftur eins og hann væri að reyna að ná hálsi.

Mais il s'est retiré au milieu de l'attaque, se tournant pour frapper sur le côté.

En hann hörfaði til baka í miðri sókn og sneri sér að hliðarárás.

Il a lancé son épaule sur Spitz, dans le but de le faire tomber.

Hann kastaði öxlinni í Spitz í þeim tilgangi að fella hann.

À chaque fois qu'il essayait, Spitz esquivait et ripostait avec une frappe.

Í hvert skipti sem hann reyndi forðaðist Spitz og svaraði með höggi.

L'épaule de Buck était à vif alors que Spitz s'écartait après chaque coup.

Öxl Bucks skemmdist þegar Spitz stökk fram hjá eftir hvert högg.

Spitz n'avait pas été touché, tandis que Buck saignait de nombreuses blessures.

Spitz hafði ekki verið snert, á meðan Buck blæddi úr mörgum sárum.

La respiration de Buck était rapide et lourde, son corps était couvert de sang.

Buck andaði hratt og þungt, líkami hans rennandi blóðugur.

Le combat devenait plus brutal à chaque morsure et à chaque charge.

Bardaginn varð grimmari með hverju biti og áhlaupi.

Autour d'eux, soixante chiens silencieux attendaient le premier à tomber.

Í kringum þá biðu sextíu þöglir hundar eftir að sá fyrsti félli.

Si un chien tombait, la meute allait mettre fin au combat.

Ef einn hundur féll, myndi hópurinn klára bardagann.

Spitz vit Buck faiblir et commença à attaquer.

Spitz sá að Buck var að veikjast og hóf sóknina.

Il a maintenu Buck en déséquilibre, le forçant à lutter pour garder pied.

Hann hélt Buck úr jafnvægi og neyddi hann til að berjast fyrir fótfestu.

Un jour, Buck trébucha et tomba, et tous les chiens se relevèrent.

Einu sinni hrasaði Buck og féll, og allir hundarnir risu upp.

Mais Buck s'est redressé au milieu de sa chute, et tout le monde s'est affalé.

En Buck rétti úr sér um miðjan fallið og allir sukku aftur niður.

Buck avait quelque chose de rare : une imagination née d'un instinct profond.

Buck hafði eitthvað sjaldgæft — ímyndunarafl sem spratt af djúpri eðlishvöt.

Il combattait par instinct naturel, mais aussi par ruse.

Hann barðist af eðlislægum krafti, en hann barðist líka af slægð.

Il chargea à nouveau comme s'il répétait son tour d'attaque à l'épaule.

Hann hljóp aftur á völlinn eins og hann væri að endurtaka öxlarárásarbragðið sitt.

Mais à la dernière seconde, il s'est laissé tomber et a balayé Spitz.

En á síðustu stundu féll hann lágt og sveif undir Spitz.

Ses dents se sont bloquées sur la patte avant gauche de Spitz avec un claquement.

Tennur hans festust á vinstri framfót Spitz með smell.

Spitz était maintenant instable, son poids reposant sur seulement trois pattes.

Spitz stóð nú óstöðugur, aðeins á þremur fótum.

Buck frappa à nouveau, essaya trois fois de le faire tomber.

Buck sló aftur til og reyndi þrisvar sinnum að fella hann.

À la quatrième tentative, il a utilisé le même mouvement avec succès.

Í fjórðu tilraun notaði hann sömu hreyfingu með góðum árangri.

Cette fois, Buck a réussi à mordre la jambe droite du Spitz.

Að þessu sinni tókst Buck að bíta í hægri fótinn á Spitz.

Spitz, bien que paralysé et souffrant, continuait à lutter pour survivre.

Spitz, þótt hann væri lamaður og í kvalafullum sársauka, hélt áfram að berjast fyrir lífi sínu.

Il vit le cercle de huskies se resserrer, la langue tirée, les yeux brillants.

Hann sá að hringurinn af husky-hundum þrengdist saman, tungurnar útréttar og augun glóandi.

Ils attendaient de le dévorer, comme ils l'avaient fait pour les autres.

Þau biðu eftir að gleypa hann, rétt eins og þau höfðu gert við aðra.

Cette fois, il se tenait au centre, vaincu et condamné.

Að þessu sinni stóð hann í miðjunni; sigraður og dæmdur.

Le chien blanc n'avait désormais plus aucune possibilité de s'échapper.

Hvíti hundurinn hafði engan möguleika á að flýja núna.

Buck n'a montré aucune pitié, car la pitié n'avait pas sa place dans la nature.

Buck sýndi enga miskunn, því miskunn átti ekki heima í náttúrunni.

Buck se déplaçait prudemment, se préparant à la charge finale.

Buck gekk varlega og bjó sig undir lokaárásina.

Le cercle des huskies se referma ; il sentit leur souffle chaud.

Hringurinn af huskyhundum lokaðist um hann; hann fann hlýjan andardrátt þeirra.

Ils s'accroupirent, prêts à bondir lorsque le moment viendrait.

Þau krjúpu lágt, tilbúin að stökkva þegar stundin kæmi.

Spitz tremblait dans la neige, grognant et changeant de position.

Spitz skalf í snjónum, urraði og breytti stöðu sinni.

Ses yeux brillaient, ses lèvres se courbaient, ses dents brillaient dans une menace désespérée.

Augun hans glóðu, varirnar krullaðar, tennurnar glitruðu af örvæntingarfullri ógn.

Il tituba, essayant toujours de résister à la morsure froide de la mort.

Hann staulaðist, enn að reyna að halda aftur af sér kalda bit dauðans.

Il avait déjà vu cela auparavant, mais toujours du côté des gagnants.

Hann hafði séð þetta áður, en alltaf frá sigurvegaranum.

Il était désormais du côté des perdants, des vaincus, de la proie, de la mort.

Nú var hann á taparahliðinni; ósigraði; bráðin; dauði.

Buck tourna en rond pour porter le coup final, le cercle de chiens se rapprochant.

Buck hringdi í kringum sig til að hljóta síðasta höggið, hundahringurinn þrýsti sér nær.

Il pouvait sentir leur souffle chaud, prêt à tuer.

Hann fann heitan andardrátt þeirra; tilbúin til dráps.

Un silence s'installa ; tout était à sa place ; le temps s'était arrêté.

Þögn sló á; allt var á sínum stað; tíminn hafði stöðvast.

Même l'air froid entre eux se figea un dernier instant.

Jafnvel kalda loftið á milli þeirra fraus í eina síðustu stund.

Seul Spitz bougea, essayant de retenir sa fin amère.

Aðeins Spitz hreyfði sig og reyndi að halda aftur af sér beiska endalokin.

Le cercle des chiens se refermait autour de lui, comme l'était son destin.

Hundahringurinn var að lokast um hann, eins og örlög hans voru.

Il était désespéré maintenant, sachant ce qui allait se passer.

Hann var örvæntingarfullur núna, vitandi hvað myndi gerast.

Buck bondit, épaule contre épaule une dernière fois.

Buck stökk inn, öxl mættist öxl í síðasta sinn.

Les chiens se sont précipités en avant, couvrant Spitz dans l'obscurité neigeuse.

Hundarnir þustu fram og huldu Spitz í snjóþöktu myrkrinu.

Buck regardait, debout, le vainqueur dans un monde sauvage.

Buck horfði á, standandi rakur; sigurvegarinn í villtum heimi.

La bête primordiale dominante avait fait sa proie, et c'était bien.

Ríkjandi frumdýrið hafði gert bráðabirgðaverk, og það var gott.

Celui qui a gagné la maîtrise
Hann, sem hefur sigrað til meistara

« Hein ? Qu'est-ce que j'ai dit ? Je dis vrai quand je dis que Buck est un démon. »

„Ha? Hvað sagði ég? Ég segi satt þegar ég segi að Buck sé djöfull."

François a dit cela le lendemain matin après avoir constaté la disparition de Spitz.

François sagði þetta morguninn eftir eftir að hafa fundið Spitz týndan.

Buck se tenait là, couvert de blessures dues au combat acharné.

Buck stóð þar, þakinn sárum eftir hina grimmlegu bardaga.

François tira Buck près du feu et lui montra les blessures.

François dró Buck að eldinum og benti á sárin.

« Ce Spitz s'est battu comme le Devik », dit Perrault en observant les profondes entailles.

„Þessi Spitz barðist eins og Devik," sagði Perrault og horfði á djúpu sárin.

« Et ce Buck s'est battu comme deux diables », répondit aussitôt François.

„Og að Buck barðist eins og tveir djöflar," svaraði François þegar í stað.

« Maintenant, nous allons faire du bon temps ; plus de Spitz, plus de problèmes. »

„Nú skulum við njóta góðs tíma; engir fleiri Spitz, engin meiri vandræði."

Perrault préparait le matériel et chargeait le traîneau avec soin.

Perrault var að pakka farangursdótinu og hlaða sleðann af varúð.

François a attelé les chiens en prévision de la course du jour.

François beislaði hundana til að undirbúa sig fyrir hlaup dagsins.

Buck a trotté directement vers la position de tête autrefois détenue par Spitz.

Buck skokkaði beint í forystustöðuna sem Spitz hafði eitt sinn haft.

Mais François, sans s'en apercevoir, conduisit Solleks vers l'avant.

En François, sem tók ekki eftir því, leiddi Solleks fram á við.

Aux yeux de François, Solleks était désormais le meilleur chien de tête.

Að mati François var Solleks nú besti leiðtogahundurinn.

Buck se jeta sur Solleks avec fureur et le repoussa en signe de protestation.

Buck stökk á Solleks í reiði og rak hann til baka í mótmælaskyni.

Il se tenait là où Spitz s'était autrefois tenu, revendiquant la position de leader.

Hann stóð þar sem Spitz hafði áður staðið og eignaðist forystusætið.

« Hein ? Hein ? » s'écria François en se frappant les cuisses d'un air amusé.

„Ha? Ha?" hrópaði François og sló sér á lærin í skemmtun.

« Regardez Buck, il a tué Spitz, et maintenant il veut prendre le poste ! »

„Líttu á Buck – hann drap Spitz, nú vill hann taka starfið!"

« Va-t'en, Chook ! » cria-t-il, essayant de chasser Buck.

„Farðu í burtu, Chook!" hrópaði hann og reyndi að reka Buck í burtu.

Mais Buck refusa de bouger et resta ferme dans la neige.

En Buck neitaði að hreyfa sig og stóð fastur í snjónum.

François attrapa Buck par la peau du cou et le tira sur le côté.

François greip í höfuðið á Buck og dró hann til hliðar.

Buck grogna bas et menaçant mais n'attaqua pas.

Buck urraði lágt og ógnandi en réðst ekki á.

François a remis Solleks en tête, tentant de régler le différend

François kom Solleks aftur yfir og reyndi að jafna deiluna.

Le vieux chien avait peur de Buck et ne voulait pas rester.

Gamli hundurinn sýndi ótta við Buck og vildi ekki vera áfram.

Quand François lui tourna le dos, Buck chassa à nouveau Solleks.

Þegar François sneri baki við, rak Buck Solleks út aftur.

Solleks n'a pas résisté et s'est discrètement écarté une fois de plus.

Solleks veitti enga mótspyrnu og færði sig hljóðlega til hliðar á ný.

François s'est mis en colère et a crié : « Par Dieu, je te répare ! »

François reiddist og hrópaði: „Í Guðs nafni, ég laga þig!"

Il s'approcha de Buck en tenant une lourde massue à la main.

Hann kom að Buck með þunga kylfu í hendinni.

Buck se souvenait bien de l'homme au pull rouge.

Buck mundi vel eftir manninum í rauða peysunni.

Il recula lentement, observant François, mais grognant profondément.

Hann hörfaði hægt, horfði á François en urraði djúpt.

Il ne s'est pas précipité en arrière, même lorsque Solleks s'est levé à sa place.

Hann hraðaði sér ekki til baka, jafnvel þegar Solleks stóð á sínum stað.

Buck tourna en rond juste hors de portée, grognant de fureur et de protestation.

Buck hringdi rétt utan seilingar, urraði af reiði og mótmælum.

Il gardait les yeux fixés sur le gourdin, prêt à esquiver si François lançait.

Hann hélt augunum á kylfunni, tilbúinn að forðast ef François kastaði.

Il était devenu sage et prudent quant aux manières des hommes armés.

Hann hafði orðið vitur og varkár í því hvernig vopnaðir menn áttu að umgangast.

François abandonna et rappela Buck à son ancienne place.

François gafst upp og kallaði Buck aftur heim til síns fyrra heimilis.

Mais Buck recula prudemment, refusant d'obéir à l'ordre.

En Buck steig varlega til baka og neitaði að hlýða skipuninni.

François le suivit, mais Buck ne recula que de quelques pas supplémentaires.

François fylgdi á eftir, en Buck hörfaði aðeins nokkur skref í viðbót.

Après un certain temps, François jeta l'arme par frustration.

Eftir smá stund kastaði François vopninu niður í gremju.

Il pensait que Buck craignait d'être battu et qu'il allait venir tranquillement.

Hann hélt að Buck óttaðist barsmíð og ætlaði að koma hljóðlega.

Mais Buck n'évitait pas la punition : il se battait pour son rang.

En Buck forðaðist ekki refsingu — hann var að berjast fyrir tign.

Il avait gagné la place de chien de tête grâce à un combat à mort.

Hann hafði unnið sér inn leiðtogasætið með bardaga upp á líf og dauða.

il n'allait pas se contenter de moins que d'être le leader.

Hann ætlaði ekki að sætta sig við neitt minna en að vera leiðtogi.

Perrault a participé à la poursuite pour aider à attraper le Buck rebelle.

Perrault tók þátt í eftirförinni til að hjálpa til við að ná uppreisnargjörnum Buck.

Ensemble, ils l'ont fait courir dans le camp pendant près d'une heure.

Saman hlupu þau með honum um búðirnar í næstum klukkustund.

Ils lui lancèrent des coups de massue, mais Buck les esquiva habilement.

Þeir köstuðu kylfum að honum, en Buck forðaðist hverja þeirra af list.

Ils l'ont maudit, lui, ses ancêtres, ses descendants et chaque cheveu de sa personne.

Þeir formæltu honum, forfeðrum hans, niðjum hans og hverju hári á honum.

Mais Buck se contenta de gronder en retour et resta hors de leur portée.

En Buck urraði bara á móti og hélt sig rétt utan seilingar þeirra.

Il n'a jamais essayé de s'enfuir mais a délibérément tourné autour du camp.

Hann reyndi aldrei að flýja heldur fór af ásettu ráði í kringum búðirnar.

Il a clairement fait savoir qu'il obéirait une fois qu'ils lui auraient donné ce qu'il voulait.

Hann gaf skýrt til kynna að hann myndi hlýða um leið og þeir gæfu honum það sem hann vildi.

François s'est finalement assis et s'est gratté la tête avec frustration.

François settist loksins niður og klóraði sér í höfðinu af gremju.

Perrault consulta sa montre, jura et marmonna à propos du temps perdu.

Perrault leit á úrið sitt, bölvaði og muldraði um glataðan tíma.

Une heure s'était déjà écoulée alors qu'ils auraient dû être sur la piste.

Klukkustund var þegar liðin þegar þau hefðu átt að vera komin á slóðina.

François haussa les épaules d'un air penaud en direction du coursier, qui soupira de défaite.

François yppti öxlum feimnislega til sendiboðans, sem andvarpaði ósigrandi.

François se dirigea alors vers Solleks et appela Buck une fois de plus.

Þá gekk François til Solleks og kallaði enn á Buck.

Buck rit comme rit un chien, mais garda une distance prudente.

Buck hló eins og hundur hlær en hélt varfærnislegri fjarlægð.

François retira le harnais de Solleks et le remit à sa place.

François tók af Solleks beisli og setti hann aftur á sinn stað.

L'équipe de traîneau était entièrement harnachée, avec seulement une place libre.

Sleðaliðið stóð fullbúið í beislum, með aðeins eitt laust sæti.

La position de tête est restée vide, clairement destinée à Buck seul.

Forystusætið var enn autt, greinilega ætluð Buck einum.

François appela à nouveau, et à nouveau Buck rit et tint bon.

François kallaði aftur, og aftur hló Buck og stóð fast á sínu.

« Jetez le gourdin», ordonna Perrault sans hésitation.

„Kastið niður kylfunni," skipaði Perrault án þess að hika.

François obéit et Buck trotta immédiatement en avant, fièrement.

François hlýddi og Buck skokkaði þegar í stað stoltur áfram.

Il rit triomphalement et prit la tête.

Hann hló sigri hrósandi og steig í fremstu stöðu.

François a sécurisé ses traces et le traîneau a été détaché.

François tryggði sér slóðir og sleðinn losnaði.

Les deux hommes couraient côte à côte tandis que l'équipe s'engageait sur le sentier de la rivière.

Báðir mennirnir hlupu hlið við hlið þegar liðið hljóp út á slóðann meðfram ánni.

François avait une haute opinion des « deux diables » de Buck,

François hafði haft mikils mat á „tvo djöfla" Bucks.

mais il s'est vite rendu compte qu'il avait en fait sous-estimé le chien.

en hann áttaði sig fljótt á því að hann hafði í raun vanmetið hundinn.

Buck a rapidement pris le leadership et a fait preuve d'excellence.

Buck tók fljótt við forystu og stóð sig með mikilli prýði.

En termes de jugement, de réflexion rapide et d'action, Buck a surpassé Spitz.

Í dómgreind, skjótri hugsun og hraðri aðgerðum fór Buck fram úr Spitz.

François n'avait jamais vu un chien égal à celui que Buck présentait maintenant.

François avait jamais vu un chien aussi bon que Buck le montrait maintenant.

François hafði aldrei séð hund jafngóðan og Buck sýndi nú.

Mais Buck excellait vraiment dans l'art de faire respecter l'ordre et d'imposer le respect.

En Buck skaraði sannarlega fram úr í að framfylgja reglu og vekja virðingu.

Dave et Solleks ont accepté le changement sans inquiétude ni protestation.

Dave og Solleks samþykktu breytinguna án áhyggna eða mótmæla.

Ils se concentraient uniquement sur le travail et tiraient fort sur les rênes.

Þau einbeittust aðeins að vinnu og að toga fast í taumana.

Peu leur importait de savoir qui menait, tant que le traîneau continuait d'avancer.

Þeim var alveg sama hver leiddi, svo lengi sem sleðinn hélt áfram.

Billee, la joyeuse, aurait pu diriger pour autant qu'ils s'en soucient.

Billee, sú glaðlynda, hefði getað leitt hvað sem þeim þótti vænt um.

Ce qui comptait pour eux, c'était la paix et l'ordre dans les rangs.

Það sem skipti þá máli var friður og regla innan raðanna.

Le reste de l'équipe était devenu indiscipliné pendant le déclin de Spitz.

Restin af liðinu hafði orðið óstýrilát á meðan Spitz var á hnignunartíma.

Ils furent choqués lorsque Buck les ramena immédiatement à l'ordre.

Þau voru steinhissa þegar Buck færði þau strax til að panta.

Pike avait toujours été paresseux et traînait les pieds derrière Buck.

Pike hafði alltaf verið latur og dregið fæturna á eftir Buck.

Mais maintenant, il a été sévèrement discipliné par la nouvelle direction.

En nú var hann agaður harðlega af nýju forystunni.

Et il a rapidement appris à faire sa part dans l'équipe.

Og hann lærði fljótt að leggja sitt af mörkum í liðinu.

À la fin de la journée, Pike avait travaillé plus dur que jamais.

Í lok dagsins vann Pike meira en nokkru sinni fyrr.

Cette nuit-là, au camp, Joe, le chien aigri, fut finalement maîtrisé.

Þetta kvöld í búðunum var Joe, súri hundurinn, loksins yfirbugaður.

Spitz n'avait pas réussi à le discipliner, mais Buck n'avait pas échoué.

Spitz hafði ekki agað hann, en Buck brást ekki.

Grâce à son poids plus important, Buck a vaincu Joe en quelques secondes.

Með því að nota stærri þyngd sína yfirbugaði Buck Joe á nokkrum sekúndum.

Il a mordu et battu Joe jusqu'à ce qu'il gémisse et cesse de résister.

Hann beit og barði Joe þar til hann kveinaði og hætti að veita mótspyrnu.

Toute l'équipe s'est améliorée à partir de ce moment-là.

Allt liðið batnaði frá þeirri stundu.

Les chiens ont retrouvé leur ancienne unité et leur discipline.

Hundarnir endurheimtu gamla samheldni sína og aga.

À Rink Rapids, deux nouveaux huskies indigènes, Teek et Koona, nous ont rejoint.

Í Rink Rapids bættust tveir nýir innfæddir husky-hundar, Teek og Koona, við.

La rapidité avec laquelle Buck les dressa étonna même François.

Hröð þjálfun Bucks á þeim kom jafnvel François á óvart.

« Il n'y a jamais eu de chien comme ce Buck ! » s'écria-t-il avec stupéfaction.

„Aldrei hefur slíkur hundur verið til eins og þessi Buck!" hrópaði hann undrandi.

« Non, jamais ! Il vaut mille dollars, bon sang ! »

„Nei, aldrei! Hann er þúsund dollara virði, fyrir Guðs sakir!"

« Hein ? Qu'en dis-tu, Perrault ? » demanda-t-il avec fierté.

„Ha? Hvað segirðu, Perrault?" spurði hann stoltur.

Perrault hocha la tête en signe d'accord et vérifia ses notes.

Perrault kinkaði kolli til samþykkis og fór yfir glósurnar sínar.

Nous sommes déjà en avance sur le calendrier et gagnons chaque jour davantage.

Við erum nú þegar á undan áætlun og náum meiri árangri með hverjum deginum.

Le sentier était dur et lisse, sans neige fraîche.

Slóðin var harðgerð og greið, án nýsnjóss.

Le froid était constant, oscillant autour de cinquante degrés en dessous de zéro.

Kuldinn var stöðugur, fimmtíu frostmark allan tímann.

Les hommes montaient et couraient à tour de rôle pour se réchauffer et gagner du temps.

Mennirnir riðu og hlupu til skiptis til að halda á sér hita og ná tíma.

Les chiens couraient vite avec peu d'arrêts, poussant toujours vers l'avant.

Hundarnir hlupu hratt með fáum stoppum, alltaf á undan.

La rivière Thirty Mile était en grande partie gelée et facile à traverser.

Þrjátíu mílna áin var að mestu leyti frosin og auðvelt að ferðast yfir hana.

Ils sont sortis en un jour, ce qui leur avait pris dix jours pour venir.

Þau fóru út á einum degi það sem hafði tekið tíu daga að koma inn.

Ils ont parcouru une distance de soixante milles du lac Le Barge jusqu'à White Horse.

Þau óku sextíu mílna langt frá Le Barge-vatni til Hvíta hestsins.

À travers les lacs Marsh, Tagish et Bennett, ils se déplaçaient incroyablement vite.

Yfir Marsh-, Tagish- og Bennett-vötnin fóru þau ótrúlega hratt.

L'homme qui courait était tiré derrière le traîneau par une corde.

Hlaupamaðurinn dró sig á eftir sleðanum í reipi.

La dernière nuit de la deuxième semaine, ils sont arrivés à destination.

Síðasta kvöldið í annarri viku komust þau á áfangastað.

Ils avaient atteint ensemble le sommet du col White.

Þau höfðu komist saman upp á topp Hvítaskarðsins.

Ils sont descendus au niveau de la mer avec les lumières de Skaguay en dessous d'eux.

Þau féllu niður að sjávarmáli með ljósin á Skaguay fyrir neðan sig.

Il s'agissait d'une course record à travers des kilomètres de nature froide et sauvage.

Þetta hafði verið methlaup yfir kílómetra af köldum óbyggðum.

Pendant quatorze jours d'affilée, ils ont parcouru en moyenne quarante miles.

Í fjórtán daga samfleytt óku þeir að meðaltali rúmar fjörutíu kílómetra.

À Skaguay, Perrault et François transportaient des marchandises à travers la ville.

Í Skaguay fluttu Perrault og François farm um bæinn.

Ils ont été acclamés et ont reçu de nombreuses boissons de la part d'une foule admirative.

Þeim var fagnað og boðið upp á marga drykki af aðdáunarverðum mannfjölda.

Les chasseurs de chiens et les ouvriers se sont rassemblés autour du célèbre attelage de chiens.

Hundaeyðingarmenn og verkamenn söfnuðust saman í kringum hið fræga hundateymi.

Puis les hors-la-loi de l'Ouest arrivèrent en ville et subirent une violente défaite.

Þá komu vestrænir útlagar til bæjarins og biðu harkalegs ósigur.

Les gens ont vite oublié l'équipe et se sont concentrés sur un nouveau drame.

Fólkið gleymdi fljótt liðinu og einbeitti sér að nýrri dramatík.

Puis sont arrivées les nouvelles commandes qui ont tout changé d'un coup.

Þá komu nýju skipanirnar sem breyttu öllu í einu.

François appela Buck à lui et le serra dans ses bras avec une fierté larmoyante.

François kallaði á Buck og faðmaði hann með tárvotum stolti.

Ce moment fut la dernière fois que Buck revit François.

Þessi stund var í síðasta sinn sem Buck sá François aftur.

Comme beaucoup d'hommes avant eux, François et Perrault étaient tous deux partis.

Eins og margir menn áður voru bæði François og Perrault farnir.

Un métis écossais a pris en charge Buck et ses coéquipiers de chiens de traîneau.

Skoskur hálfkynshundur tók umsjón með Buck og sleðahundafélögum hans.

Avec une douzaine d'autres équipes de chiens, ils sont retournés par le sentier jusqu'à Dawson.

Með tylft annarra hundateyma sneru þeir aftur eftir slóðinni til Dawson.

Ce n'était plus une course rapide, juste un travail pénible avec une lourde charge chaque jour.

Þetta var engin hröð hlaup núna — bara erfitt strit með þungri byrði á hverjum degi.

C'était le train postal qui apportait des nouvelles aux chercheurs d'or près du pôle.

Þetta var póstlest sem bar tíðindi til gullveiðimanna nálægt pólnum.

Buck n'aimait pas le travail mais le supportait bien, étant fier de ses efforts.

Buck líkaði ekki verkið en þoldi það vel og var stoltur af erfiði sínu.

Comme Dave et Solleks, Buck a fait preuve de dévouement dans chaque tâche quotidienne.

Eins og Dave og Solleks sýndi Buck hollustu í hverju daglegu starfi.

Il s'est assuré que chacun de ses coéquipiers fasse sa part du travail.

Hann gætti þess að liðsfélagar hans legðu allir sitt af mörkum.

La vie sur les sentiers est devenue ennuyeuse, répétée avec la précision d'une machine.

Lífið á slóðunum varð dauflegt, endurtekið með nákvæmni vélarinnar.

Chaque jour était le même, un matin se fondant dans le suivant.

Hver dagur var eins, einn morgunn rann upp í þann næsta.

À la même heure, les cuisiniers se levèrent pour allumer des feux et préparer la nourriture.

Á sama tíma risu kokkarnir upp til að kveikja eld og útbúa mat.

Après le petit-déjeuner, certains quittèrent le camp tandis que d'autres attelèrent les chiens.

Eftir morgunmat yfirgáfu sumir tjaldstæðið á meðan aðrir beisluðu hundana.

Ils ont pris la route avant que le faible avertissement de l'aube ne touche le ciel.

Þau lögðu af stað áður en dauf viðvörun um dögun náði til himins.

La nuit, ils s'arrêtaient pour camper, chaque homme ayant une tâche précise.

Að nóttu til námu þeir staðar til að slá upp tjaldbúðum, hver maður með ákveðna skyldu.

Certains ont monté les tentes, d'autres ont coupé du bois de chauffage et ramassé des branches de pin.

Sumir reistu tjöld, aðrir höggu eldivið og söfnuðu furugreinum.

De l'eau ou de la glace étaient ramenées aux cuisiniers pour le repas du soir.

Vatn eða ís var borið aftur til kokkanna fyrir kvöldmatinn.

Les chiens ont été nourris et c'était le meilleur moment de la journée pour eux.

Hundunum var gefið að éta og þetta var besti hluti dagsins fyrir þá.

Après avoir mangé du poisson, les chiens se sont détendus et se sont allongés près du feu.

Eftir að hafa borðað fisk slökuðu hundarnir á og lágu við eldinn.

Il y avait une centaine d'autres chiens dans le convoi avec lesquels se mêler.

Það voru hundrað aðrir hundar í bílalestinni til að blanda geði við.

Beaucoup de ces chiens étaient féroces et prompts à se battre sans prévenir.

Margir þessara hunda voru grimmir og fljótir til að berjast án viðvörunar.

Mais après trois victoires, Buck a maîtrisé même les combattants les plus féroces.

En eftir þrjá sigra hafði Buck náð tökum á jafnvel hörðustu bardagamönnum.

Maintenant, quand Buck grogna et montra ses dents, ils s'écartèrent.

Þegar Buck urraði og sýndi tennurnar, stigu þeir til hliðar.

Mais le plus beau dans tout ça, c'est que Buck aimait s'allonger près du feu de camp vacillant.

Kannski best af öllu var að Buck elskaði að liggja við logandi varðeldinn.

Il s'accroupit, les pattes arrière repliées et les pattes avant tendues vers l'avant.

Hann kraup niður með afturfæturna krókna og framfæturna teygða fram.

Sa tête était levée tandis qu'il cligna doucement des yeux devant les flammes rougeoyantes.

Hann lyfti höfðinu er hann blikkaði lágt að glóandi logunum.

Parfois, il se souvenait de la grande maison du juge Miller à Santa Clara.

Stundum minntist hann stóra húss dómara Millers í Santa Clara.

Il pensait à la piscine en ciment, à Ysabel et au carlin appelé Toots.

Hann hugsaði um sementslaugina, um Ysabel og mopshundinn sem hét Toots.

Mais le plus souvent, il se souvenait du gourdin de l'homme au pull rouge.

En oftar minntist hann mannsins með kylfuna í rauðu peysunni.

Il se souvenait de la mort de Curly et de sa bataille acharnée contre Spitz.

Hann minntist dauða Krullað og harðrar báráttu hans við Spitz.

Il se souvenait aussi des bons plats qu'il avait mangés ou dont il rêvait encore.

Hann minntist líka á góða matinn sem hann hafði borðað eða dreymdi enn um.

Buck n'avait pas le mal du pays : la vallée chaude était lointaine et irréelle.

Buck var ekki heimþráandi — hlýi dalurinn var fjarlægur og óraunverulegur.

Les souvenirs de Californie n'avaient plus vraiment d'influence sur lui.

Minningarnar frá Kaliforníu höfðu ekki lengur neitt raunverulegt aðdráttarafl í honum.

Plus forts que la mémoire étaient les instincts profondément ancrés dans sa lignée.

Sterkari en minnið voru eðlishvöt djúpt í ætt hans.

Les habitudes autrefois perdues étaient revenues, ravivées par le sentier et la nature sauvage.

Venjur sem eitt sinn höfðu glatast höfðu komið aftur, endurvaknar af slóðinni og náttúrunni.

Tandis que Buck regardait la lumière du feu, cela devenait parfois autre chose.

Þegar Buck horfði á eldsljósið breyttist það stundum í eitthvað allt annað.

Il vit à la lueur du feu un autre feu, plus vieux et plus profond que celui-ci.

Hann sá í eldsljósinu annan eld, eldri og dýpri en þann sem nú er.

À côté de cet autre feu se tenait accroupi un homme qui ne ressemblait pas au cuisinier métis.

Við hinn eldinn kraup maður ólíkt hálfkyns kokkinum.

Cette figurine avait des jambes courtes, de longs bras et des muscles durs et noués.

Þessi veru hafði stutta fætur, langa handleggi og harða, hnúta vöðva.

Ses cheveux étaient longs et emmêlés, tombant en arrière à partir des yeux.

Hár hans var langt og flækt, hallandi aftur frá augunum.

Il émit des sons étranges et regarda l'obscurité avec peur.

Hann gaf frá sér undarleg hljóð og starði hræddur út í myrkrið.

Il tenait une massue en pierre basse, fermement serrée dans sa longue main rugueuse.

Hann hélt steinkylfu lágt, fast í hendi sinni, löngu, grófu.

L'homme portait peu de vêtements ; juste une peau carbonisée qui pendait dans son dos.

Maðurinn var lítið í fötum; bara brunninn skinn sem hékk niður bakið á honum.

Son corps était couvert de poils épais sur les bras, la poitrine et les cuisses.

Líkami hans var þakinn þykku hári sem þvert yfir handleggi, bringu og læri.

Certaines parties des cheveux étaient emmêlées en plaques de fourrure rugueuse.

Sumir hlutar hársins voru flæktir í grófa feldarbletti.

Il ne se tenait pas droit mais penché en avant des hanches jusqu'aux genoux.

Hann stóð ekki beinn heldur beygði sig fram frá mjöðmum að hnjám.

Ses pas étaient élastiques et félins, comme s'il était toujours prêt à bondir.

Skref hans voru fjaðrandi og kattarleg, eins og hann væri alltaf tilbúinn til að stökkva.

Il y avait une vive vigilance, comme s'il vivait dans une peur constante.

Það var mikil árvekni, eins og hann lifði í stöðugum ótta.

Cet homme ancien semblait s'attendre au danger, que le danger soit perçu ou non.

Þessi forni maður virtist búast við hættu, hvort sem hættan var sjáanleg eða ekki.

Parfois, l'homme poilu dormait près du feu, la tête entre les jambes.

Stundum svaf loðni maðurinn við eldinn, höfuðið á milli fótanna.

Ses coudes reposaient sur ses genoux, ses mains jointes au-dessus de sa tête.

Olnbogarnir hvíldu á hnjánum, hendurnar krosslagðar fyrir ofan höfuðið.

Comme un chien, il utilisait ses bras velus pour se débarrasser de la pluie qui tombait.

Eins og hundur notaði hann loðna handleggi sína til að varpa frá sér fallandi rigningunni.

Au-delà de la lumière du feu, Buck vit deux charbons jumeaux briller dans l'obscurité.

Handan við eldinn sá Buck tvö glóandi kol í myrkrinu.

Toujours deux par deux, ils étaient les yeux des bêtes de proie traquantes.

Alltaf tvö og tvö, þau voru augu rándýra á hælunum.

Il entendit des corps s'écraser à travers les broussailles et des bruits se faire entendre dans la nuit.

Hann heyrði lík brotna í gegnum runna og hljóð sem heyrðust í nóttinni.

Allongé sur la rive du Yukon, clignant des yeux, Buck rêvait près du feu.

Buck liggjandi á bakka Yukon-fljóts, blikkandi, dreymdi við eldinn.

Les images et les sons de ce monde sauvage lui faisaient dresser les cheveux sur la tête.

Hljóðin og sjónirnar úr þessum villta heimi fengu hann til að rísa.

La fourrure s'élevait le long de son dos, de ses épaules et de son cou.

Feldurinn reis meðfram baki hans, axlunum og upp hálsinn.

Il gémissait doucement ou émettait un grognement sourd au plus profond de sa poitrine.

Hann kveinaði lágt eða urraði lágt djúpt í brjósti sér.

Alors le cuisinier métis cria : « Hé, toi Buck, réveille-toi ! »

Þá hrópaði hálfklæddi kokkurinn: „Heyrðu, þú Buck, vaknaðu!"

Le monde des rêves a disparu et la vraie vie est revenue aux yeux de Buck.

Draumaheimurinn hvarf og raunveruleikinn birtist aftur í augum Bucks.

Il allait se lever, s'étirer et bâiller, comme s'il venait de se réveiller d'une sieste.

Hann ætlaði að standa upp, teygja sig og gapja, eins og hann hefði vaknað úr blundi.

Le voyage était difficile, avec le traîneau postal qui traînait derrière eux.

Ferðin var erfið, þar sem póstsleðinn dróst á eftir þeim.

Les lourdes charges et le travail pénible épuisaient les chiens à chaque longue journée.

Þungar byrðar og erfitt starf tæmdu hundana á hverjum löngum degi.

Ils arrivèrent à Dawson maigres, fatigués et ayant besoin de plus d'une semaine de repos.

Þau komu til Dawson grann, þreytt og þurftu meira en viku hvíld.

Mais seulement deux jours plus tard, ils repartaient sur le Yukon.

En aðeins tveimur dögum síðar lögðu þeir aftur af stað niður Júkonfljótið.

Ils étaient chargés de lettres supplémentaires destinées au monde extérieur.

Þau voru hlaðin fleiri bréfum sem voru á leið til umheimsins.

Les chiens étaient épuisés et les hommes se plaignaient constamment.

Hundarnir voru úrvinda og mennirnir kvörtuðu stöðugt.

La neige tombait tous les jours, ramollissant le sentier et ralentissant les traîneaux.

Snjór féll á hverjum degi, mýkti slóðina og hægði á sleðanum.

Cela a rendu la traction plus difficile et a entraîné plus de traînée sur les patins.

Þetta olli því að togið var harðara og hlaupararnir voru meira móttækilegir.

Malgré cela, les pilotes étaient justes et se souciaient de leurs équipes.

Þrátt fyrir það voru ökumennirnir sanngjarnir og umhyggjusamir gagnvart liðum sínum.

Chaque nuit, les chiens étaient nourris avant que les hommes ne puissent manger.

Á hverju kvöldi voru hundarnir fóðraðir áður en mennirnir fengu að borða.

Aucun homme ne dormait avant de vérifier les pattes de son propre chien.

Enginn maður sofnar áður en hann hefur athugað fætur hunds síns.

Cependant, les chiens s'affaiblissaient à mesure que les kilomètres s'écoulaient sur leur corps.

Samt sem áður veiktust hundarnir eftir því sem kílómetrarnir drógu á líkama þeirra.

Ils avaient parcouru mille huit cents kilomètres pendant l'hiver.

Þau höfðu ferðast átján hundruð mílur í vetur.

Ils ont tiré des traîneaux sur chaque kilomètre de cette distance brutale.

Þeir drógu sleða yfir hverja einustu kílómetra af þessari grimmilegu vegalengd.

Même les chiens de traîneau les plus robustes ressentent de la tension après tant de kilomètres.

Jafnvel hörðustu sleðahundarnir finna fyrir álagi eftir svona marga kílómetra.

Buck a tenu bon, a permis à son équipe de travailler et a maintenu la discipline.

Buck hélt út, hélt liðinu sínu gangandi og viðhélt aga.

Mais Buck était fatigué, tout comme les autres pendant le long voyage.

En Buck var þreyttur, rétt eins og hinir á hinni löngu ferð.

Billee gémissait et pleurait dans son sommeil chaque nuit sans faute.

Billee kveinaði og grét í svefni á hverju kvöldi án þess að bregðast.

Joe devint encore plus amer et Solleks resta froid et distant.

Joe varð enn bitrari og Solleks var kaldur og fjarlægur.

Mais c'est Dave qui a le plus souffert de toute l'équipe.

En það var Dave sem varð verst úti af öllu liðinu.

Quelque chose n'allait pas en lui, même si personne ne savait quoi.

Eitthvað hafði farið úrskeiðis innra með honum, þótt enginn vissi hvað.

Il est devenu de plus en plus maussade et s'en est pris aux autres avec une colère croissante.

Hann varð skapstyggari og reiðist á aðra.

Chaque nuit, il se rendait directement à son nid, attendant d'être nourri.

Á hverju kvöldi fór hann beint í hreiður sitt og beið eftir að fá að borða.

Une fois tombé, Dave ne s'est pas relevé avant le matin.

Þegar Dave var kominn niður vaknaði hann ekki aftur fyrr en að morgni.

Sur les rênes, des secousses ou des sursauts brusques le faisaient crier de douleur.

Skyndilegir kippir eða rykk í taumunum ollu því að hann hrópaði af sársauka.

Son chauffeur a recherché la cause du sinistre, mais n'a constaté aucune blessure.

Ökumaður hans leitaði að orsökum slyssins en fann engin meiðsli á honum.

Tous les conducteurs ont commencé à regarder Dave et ont discuté de son cas.

Allir bílstjórarnir fóru að fylgjast með Dave og ræða mál hans.

Ils ont discuté pendant les repas et pendant leur dernière cigarette de la journée.

Þau spjölluðu saman við máltíðir og á síðustu reykingardeginum sínum dagsins.

Une nuit, ils ont tenu une réunion et ont amené Dave au feu.

Eitt kvöldið héldu þau fund og færðu Dave að eldinum.

Ils pressèrent et sondèrent son corps, et il cria souvent.

Þau þrýstu á líkama hans og könnuðu hann, og hann grét oft.

De toute évidence, quelque chose n'allait pas, même si aucun os ne semblait cassé.

Greinilega var eitthvað að, þó að engin bein virtust brotin.

Au moment où ils atteignirent Cassiar Bar, Dave était en train de tomber.

Þegar þau komu að Cassiar-barnum var Dave farinn að detta.

Le métis écossais a appelé à la fin et a retiré Dave de l'équipe.

Skoski hálfkynslóðin stal velli og fjarlægði Dave úr liðinu.

Il a attaché Solleks à la place de Dave, le plus près de l'avant du traîneau.

Hann festi Sollek-búnaðinn í stað Dave, næst framhluta sleðans.

Il avait l'intention de laisser Dave se reposer et courir librement derrière le traîneau en mouvement.

Hann ætlaði að leyfa Dave að hvíla sig og hlaupa frjáls á eftir sleðanum sem var á ferðinni.

Mais même malade, Dave détestait être privé du travail qu'il avait occupé.

En jafnvel þótt Dave væri veikur, hataði hann að vera tekinn úr starfinu sem hann hafði gegnt.

Il grogna et gémit tandis que les rênes étaient retirées de son corps.

Hann urraði og kveinaði þegar taumarnir voru dregnir af líkama hans.

Quand il vit Solleks à sa place, il pleura de douleur.

Þegar hann sá Solleks á sínum stað grét hann af sársauka.

La fierté du travail sur les sentiers était profonde chez Dave, même à l'approche de la mort.

Stoltið yfir göngustígnum var djúpt í Dave, jafnvel þegar
dauðinn nálgaðist.

**Alors que le traîneau se déplaçait, Dave pataugeait dans la
neige molle près du sentier.**

Þegar sleðinn hreyfðist flakkaði Dave í gegnum mjúkan snjó
nálægt slóðinni.

**Il a attaqué Solleks, le mordant et le poussant du côté du
traîneau.**

Hann réðst á Solleks, beit hann og ýtti við honum frá hlið
sleðans.

**Dave a essayé de sauter dans le harnais et de récupérer sa
place de travail.**

Dave reyndi að stökkva í beislið og endurheimta vinnustað
sinn.

**Il hurlait, gémissait et pleurait, déchiré entre la douleur et la
fierté du travail.**

Hann æpti, kveinaði og grét, klofinn á milli sársauka og stolts
yfir vinnunni.

**Le métis a utilisé son fouet pour essayer de chasser Dave de
l'équipe.**

Hálfkynslóðin notaði svipuna sína til að reyna að reka Dave
frá liðinu.

**Mais Dave ignora le coup de fouet, et l'homme ne put pas le
frapper plus fort.**

En Dave hunsaði svipuna og maðurinn gat ekki slegið hann
fastar.

**Dave a refusé le chemin le plus facile derrière le traîneau, où
la neige était tassée.**

Dave neitaði að fara auðveldari leiðina fyrir aftan sleðann, þar
sem snjórinn var þjappaður.

**Au lieu de cela, il se débattait dans la neige profonde à côté
du sentier, dans la misère.**

Í staðinn barðist hann í djúpum snjónum við slóðann, í eymd.

**Finalement, Dave s'est effondré, allongé dans la neige et
hurlant de douleur.**

Að lokum hneig Dave niður, liggjandi í snjónum og ýlfraði af
sársauka.

Il cria tandis que le long train de traîneaux le dépassait un par un.

Hann hrópaði upp þegar langur sleðalesturinn fór fram hjá honum, einn af öðrum.

Pourtant, avec ce qu'il lui restait de force, il se leva et trébucha après eux.

Samt sem áður, með þeim kröftum sem eftir voru, reis hann upp og staulaðist á eftir þeim.

Il l'a rattrapé lorsque le train s'est arrêté à nouveau et a retrouvé son vieux traîneau.

Hann náði honum þegar lestin stoppaði aftur og fann gamla sleðann sinn.

Il a dépassé les autres équipes et s'est retrouvé à nouveau aux côtés de Solleks.

Hann þutaði fram hjá hinum liðunum og stóð aftur við hliðina á Solleks.

Alors que le conducteur s'arrêtait pour allumer sa pipe, Dave saisit sa dernière chance.

Þegar bílstjórinn stoppaði til að kveikja sér í pípunni greip Dave síðasta tækifærið.

Lorsque le chauffeur est revenu et a crié, l'équipe n'a pas avancé.

Þegar bílstjórinn kom aftur og hrópaði, komst liðið ekki áfram.

Les chiens avaient tourné la tête, déconcertés par l'arrêt soudain.

Hundarnir höfðu snúið höfðum sínum, ruglaðir yfir skyndilegu stöðvuninni.

Le conducteur était également choqué : le traîneau n'avait pas avancé d'un pouce.

Bílstjórinn varð líka steinhissa — sleðinn hafði ekki færst tommu áfram.

Il a appelé les autres pour qu'ils viennent voir ce qui s'était passé.

Hann kallaði á hina að koma og sjá hvað hefði gerst.

Dave avait mâché les rênes de Solleks, les brisant toutes les deux.

Dave hafði nagað í gegnum taumana á Solleks og brotið þá báða í sundur.

Il se tenait maintenant devant le traîneau, de retour à sa position légitime.

Nú stóð hann fyrir framan sleðann, aftur á réttum stað.

Dave leva les yeux vers le conducteur, le suppliant silencieusement de rester dans les traces.

Dave leit upp til bílstjórans og bað hljóðlega um að halda sig innan slóðanna.

Le conducteur était perplexe, ne sachant pas quoi faire pour le chien en difficulté.

Bílstjórinn var ráðvilltur og vissi ekki hvað hann ætti að gera við hundinn sem átti í erfiðleikum.

Les autres hommes parlaient de chiens qui étaient morts après avoir été emmenés dehors.

Hinir mennirnir töluðu um hunda sem höfðu dáið eftir að hafa verið teknir út.

Ils ont parlé de chiens âgés ou blessés dont le cœur se brisait lorsqu'ils étaient abandonnés.

Þau sögðu frá gömlum eða særðum hundum sem hjörtu þeirra brotnuðu þegar þeir voru skildir eftir.

Ils ont convenu que c'était une preuve de miséricorde de laisser Dave mourir alors qu'il était encore dans son harnais.

Þau voru sammála um að það væri miskunn að láta Dave deyja meðan hann var enn í beislinu sínu.

Il était attaché au traîneau et Dave tirait avec fierté.

Hann var festur aftur á sleðann og Dave dró af stolti.

Même s'il criait parfois, il travaillait comme si la douleur pouvait être ignorée.

Þótt hann hrópaði stundum, þá vann hann eins og hægt væri að hunsa sársauka.

Plus d'une fois, il est tombé et a été traîné avant de se relever.

Oftar en einu sinni féll hann og var dreginn til baka áður en hann reis upp aftur.

Un jour, le traîneau l'a écrasé et il a boité à partir de ce moment-là.

Einu sinni velti sleðinn yfir hann og hann haltraði frá þeirri stundu.

Il travailla néanmoins jusqu'à ce qu'il atteigne le camp, puis s'allongea près du feu.

Samt vann hann þar til komið var að tjaldbúðunum og lagðist síðan við eldinn.

Le matin, Dave était trop faible pour voyager ou même se tenir debout.

Um morguninn var Dave of máttlaus til að ferðast eða jafnvel standa uppréttur.

Au moment de l'attelage, il essaya d'atteindre son conducteur avec un effort tremblant.

Þegar kom að því að festa bílinn reyndi hann með skjálfandi fyrirhöfn að ná til ökumannsins.

Il se força à se relever, tituba et s'effondra sur le sol enneigé.

Hann þvingaði sig upp, staulaðist og hrundi niður á snæviþakin jörðina.

À l'aide de ses pattes avant, il a traîné son corps vers la zone de harnais.

Með framfótunum dró hann líkama sinn að beislissvæðinu.

Il s'avança, pouce par pouce, vers les chiens de travail.

Hann teygði sig áfram, tommu fyrir tommu, í átt að vinnuhundunum.

Ses forces l'abandonnèrent, mais il continua d'avancer dans sa dernière poussée désespérée.

Kraftarnir þutu út, er hann hélt áfram í sinni síðustu örvæntingarfullu tilraun.

Ses coéquipiers l'ont vu haleter dans la neige, impatients de les rejoindre.

Liðsfélagar hans sáu hann gæsa í snjónum, enn þráandi að slást í för með þeim.

Ils l'entendirent hurler de tristesse alors qu'ils quittaient le camp.

Þau heyrðu hann ýlfra af sorg er þau yfirgáfu búðirnar.

Alors que l'équipe disparaissait dans les arbres, le cri de Dave résonna derrière eux.

Þegar hópurinn hvarf inn í trén ómaði óp Dave fyrir aftan þá.

Le train de traîneaux s'est brièvement arrêté après avoir traversé un tronçon de forêt fluviale.

Sleðalestin stoppaði stutta stund eftir að hafa farið yfir árbakka.

Le métis écossais retourna lentement vers le camp situé derrière lui.

Skoski hálfkynshundurinn gekk hægt aftur í átt að tjaldbúðunum fyrir aftan.

Les hommes ont arrêté de parler quand ils l'ont vu quitter le train de traîneaux.

Mennirnir hættu að tala þegar þeir sáu hann fara úr sleðalestinni.

Puis un coup de feu retentit clairement et distinctement de l'autre côté du sentier.

Þá heyrðist eitt skot, skýrt og hvasst, þvert yfir slóðann.

L'homme revint rapidement et reprit sa place sans un mot.

Maðurinn sneri fljótt aftur og settist upp án þess að segja orð.

Les fouets claquaient, les cloches tintaient et les traîneaux roulaient dans la neige.

Svipur buldu, björtur klingdu og sleðarnir rúlluðu áfram í gegnum snjóinn.

Mais Buck savait ce qui s'était passé, et tous les autres chiens aussi.

En Buck vissi hvað hafði gerst — og það gerðu allir aðrir hundar líka.

Le travail des rênes et du sentier
Striði taumanna og slóðarinnar

Trente jours après avoir quitté Dawson, le Salt Water Mail atteignit Skaguay.
Þrjátíu dögum eftir að Salt Water Mail fór frá Dawson kom það til Skaguay.
Buck et ses coéquipiers ont pris la tête, arrivant dans un état pitoyable.
Buck og liðsfélagar hans komust yfir og mættu í ömurlegu ástandi.
Buck était passé de cent quarante à cent quinze livres.
Buck hafði grennst úr hundrað fjörutíu pundum í hundrað og fimmtán pund.
Les autres chiens, bien que plus petits, avaient perdu encore plus de poids.
Hinir hundarnir, þótt þeir væru minni, höfðu misst enn meiri líkamsþyngd.
Pike, autrefois un faux boiteux, traînait désormais derrière lui une jambe véritablement blessée.
Pike, sem áður var falskur haltrari, dró nú alvarlega meiddan fót á eftir sér.
Solleks boitait beaucoup et Dub avait une omoplate déchirée.
Solleks haltraði illa og Dub var með slitið herðablað.
Tous les chiens de l'équipe avaient mal aux pieds après des semaines passées sur le sentier gelé.
Allir hundarnir í liðinu voru með fæturna sára eftir að hafa verið á frosnum slóðum í margar vikur.
Ils n'avaient plus aucun ressort dans leurs pas, seulement un mouvement lent et traînant.
Þau höfðu engan fjörleik eftir í skrefum sínum, aðeins hægfara, dragandi hreyfingu.
Leurs pieds heurtent durement le sentier, chaque pas ajoutant plus de tension à leur corps.
Fæturnir þeirra lentu fast á slóðinni og hvert skref jók álagið á líkamann.

Ils n'étaient pas malades, seulement épuisés au-delà de toute guérison naturelle.

Þau voru ekki veik, bara úrvinda úr öllum eðlilegum bata.

Ce n'était pas la fatigue d'une dure journée, guérie par une nuit de repos.

Þetta var ekki þreyta eftir einn erfiðan dag, læknuð með næturhvíld.

C'était un épuisement qui s'était construit lentement au fil de mois d'efforts épuisants.

Þetta var þreyta sem safnaðist hægt og rólega upp eftir margra mánaða erfiði.

Il ne leur restait plus aucune force de réserve : ils avaient épuisé toutes leurs forces.

Enginn varaafl eftir — þeir höfðu notað upp allt sem þeir áttu.

Chaque muscle, chaque fibre et chaque cellule de leur corps étaient épuisés et usés.

Hver einasta vöðvi, þráður og fruma í líkama þeirra var tæmd og slitin.

Et il y avait une raison : ils avaient parcouru deux mille cinq cents kilomètres.

Og það var ástæða — þau höfðu farið tuttugu og fimm hundruð mílur.

Ils ne s'étaient reposés que cinq jours au cours des mille huit cents derniers kilomètres.

Þau höfðu aðeins hvílst í fimm daga á síðustu átján hundruð mílunum.

Lorsqu'ils arrivèrent à Skaguay, ils semblaient à peine capables de se tenir debout.

Þegar þau komu til Skaguay virtust þau varla geta staðið upprétt.

Ils ont lutté pour garder les rênes serrées et rester devant le traîneau.

Þau áttu í erfiðleikum með að halda taumunum þéttum og vera á undan sleðanum.

Dans les descentes, ils ont tout juste réussi à éviter d'être écrasés.

Í brekkunum tókst þeim aðeins að forðast að vera keyrt yfir.

« Continuez, pauvres pieds endoloris », dit le chauffeur tandis qu'ils boitaient.

„Áfram með þig, aumingjar, fæturnir," sagði bílstjórinn og þeir haltruðu áfram.

« C'est la dernière ligne droite, après quoi nous aurons tous droit à un long repos, c'est sûr. »

„Þetta er síðasta teygjan, svo fáum við öll eina langa hvíld, það er víst."

« Un très long repos », promit-il en les regardant avancer en titubant.

„Ein alvöru löng hvíld," lofaði hann og horfði á þau staula áfram.

Les pilotes s'attendaient à bénéficier d'une longue pause bien méritée.

Bílstjórarnir bjuggust við að þeir fengju nú langt og nauðsynlegt hlé.

Ils avaient parcouru douze cents milles avec seulement deux jours de repos.

Þau höfðu ferðast tólf hundruð mílur með aðeins tveggja daga hvíld.

Par souci d'équité et de raison, ils estimaient avoir mérité un temps de détente.

Með réttlæti og skynsemi töldu þau sig hafa áunnið sér tíma til að slaka á.

Mais trop de gens étaient venus au Klondike et trop peu étaient restés chez eux.

En of margir höfðu komið til Klondike og of fáir höfðu verið heima.

Les lettres des familles ont afflué, créant des piles de courrier en retard.

Bréf frá fjölskyldum streymdu inn og sköpuðu hrúgur af seinkuðum pósti.

Les ordres officiels sont arrivés : de nouveaux chiens de la Baie d'Hudson allaient prendre le relais.

Opinberar skipanir bárust — nýir hundar frá Hudsonflóa áttu að taka við.

Les chiens épuisés, désormais considérés comme sans valeur, devaient être éliminés.

Úrvinda hundana, sem nú voru kallaðir einskis virði, átti að farga.

Comme l'argent comptait plus que les chiens, ils allaient être vendus à bas prix.

Þar sem peningar skiptu meira máli en hundar, áttu þeir að vera seldir ódýrt.

Trois jours supplémentaires passèrent avant que les chiens ne ressentent à quel point ils étaient faibles.

Þrír dagar liðu áður en hundarnir fundu hversu veikir þeir voru.

Le quatrième matin, deux hommes venus des États-Unis ont acheté toute l'équipe.

Á fjórða morguninn keyptu tveir menn frá Bandaríkjunum allt liðið.

La vente comprenait tous les chiens, ainsi que leur harnais usagé.

Salan innihélt alla hundana, auk slitinna beisla þeirra.

Les hommes s'appelaient mutuellement « Hal » et « Charles » lorsqu'ils concluaient l'affaire.

Mennirnir kölluðu hvor annan „Hal" og „Charles" þegar þeir kláruðu samninginn.

Charles était d'âge moyen, pâle, avec des lèvres molles et des pointes de moustache féroces.

Karl var á miðjum aldri, fölur, með linar varir og grimmilegan yfirvaraskegg.

Hal était un jeune homme, peut-être âgé de dix-neuf ans, portant une ceinture bourrée de cartouches.

Hal var ungur maður, kannski nítján ára, með belti fyllt með skothylkjum.

La ceinture contenait un gros revolver et un couteau de chasse, tous deux inutilisés.

Í beltinu var stór skammbyssa og veiðihnífur, bæði ónotuð.

Cela a montré à quel point il était inexpérimenté et inapte à la vie dans le Nord.

Það sýndi hversu óreyndur og óhæfur hann var til lífsins á norðurslóðum.

Aucun des deux hommes n'appartenait à la nature sauvage ; leur présence défiait toute raison.

Hvorugur maðurinn átti heima í óbyggðunum; nærvera þeirra ögraði allri skynsemi.

Buck a regardé l'argent échanger des mains entre l'acheteur et l'agent.

Buck horfði á peningana skiptast á milli kaupanda og fasteignasala.

Il savait que les conducteurs du train postal allaient le quitter comme les autres.

Hann vissi að póstleststjórarnir væru að yfirgefa líf hans eins og hin.

Ils suivirent Perrault et François, désormais irrévocables.

Þeir fylgdu Perrault og François, sem nú voru orðnir ómananlegir.

Buck et l'équipe ont été conduits dans le camp négligé de leurs nouveaux propriétaires.

Buck og teymið voru leiddir í kærulausa búðir nýju eigenda sinna.

La tente s'affaissait, la vaisselle était sale et tout était en désordre.

Tjaldið síg, diskarnir voru óhreinir og allt var í óreiðu.

Buck remarqua également une femme : Mercedes, la femme de Charles et la sœur de Hal.

Buck tók líka eftir konu þar — Mercedes, konu Charles og systur Hals.

Ils formaient une famille complète, bien que loin d'être adaptée au sentier.

Þau urðu heil fjölskylda, þótt þau væru langt frá því að vera til þess fallin að vera á gönguleiðinni.

Buck regarda nerveusement le trio commencer à emballer les fournitures.

Buck horfði taugaóstyrkur á meðan þríeykið byrjaði að pakka vistunum.

Ils ont travaillé dur mais sans ordre, juste du grabuge et des efforts gaspillés.
Þau unnu hörðum höndum en án reglu — bara vesen og sóun á fyrirhöfn.

La tente a été roulée dans une forme volumineuse, beaucoup trop grande pour le traîneau.
Tjaldið var rúllað saman í fyrirferðarmikið form, alltof stórt fyrir sleðann.

La vaisselle sale a été emballée sans avoir été nettoyée ni séchée du tout.
Óhreinum diskum var pakkað án þess að hafa verið þvegið eða þurrkað yfir höfuð.

Mercedes voltigeait, parlant constamment, corrigeant et intervenant.
Mercedes flaksaði um, stöðugt að tala, leiðrétta og skipta sér af.

Lorsqu'un sac était placé à l'avant, elle insistait pour qu'il soit placé à l'arrière.
Þegar poki var settur að framan, krafðist hún þess að hann væri aftan á.

Elle a mis le sac au fond, et l'instant d'après, elle en avait besoin.
Hún pakkaði pokanum í botninn og á næstu augnabliki þurfti hún á honum að halda.

Le traîneau a donc été déballé à nouveau pour atteindre le sac spécifique.
Svo var sleðinn tekinn upp aftur til að ná í eina tiltekna töskuna.

À proximité, trois hommes se tenaient devant une tente, observant la scène se dérouler.
Þar skammt frá stóðu þrír menn fyrir utan tjald og horfðu á atburðarásina gerast.

Ils souriaient, faisaient des clins d'œil et souriaient à la confusion évidente des nouveaux arrivants.
Þau brostu, kinkuðu kolli og glottu að augljósri ruglingi nýkominganna.

« Vous avez déjà une charge très lourde », dit l'un des hommes.

„Þú ert nú þegar með ansi þunga byrði," sagði einn mannanna.

« Je ne pense pas que tu devrais porter cette tente, mais c'est ton choix. »

„Ég held ekki að þú ættir að bera þetta tjald, en það er þitt val."

« Inimaginable ! » s'écria Mercedes en levant les mains de désespoir.

„Ódreymt um!" hrópaði Mercedes og lyfti höndunum í örvæntingu.

« Comment pourrais-je voyager sans une tente sous laquelle dormir ? »

„Hvernig gæti ég mögulega ferðast án þess að hafa tjald til að gista undir?"

« C'est le printemps, vous ne verrez plus jamais de froid », répondit l'homme.

„Það er vor — þú munt ekki sjá kalt veður aftur," svaraði maðurinn.

Mais elle secoua la tête et ils continuèrent à empiler des objets sur le traîneau.

En hún hristi höfuðið og þau héldu áfram að hrúga hlutum á sleðann.

La charge s'élevait dangereusement alors qu'ils ajoutaient les dernières choses.

Byrðin reis hættulega hátt þegar þeir bættu við síðustu hlutunum.

« Tu penses que le traîneau va rouler ? » demanda l'un des hommes avec un regard sceptique.

„Heldurðu að sleðinn muni ganga?" spurði einn mannanna með efasemdaraugum.

« Pourquoi pas ? » rétorqua Charles, vivement agacé.

„Hvers vegna ekki?" svaraði Charles snöggt með mikilli pirringi.

« Oh, ce n'est pas grave », dit rapidement l'homme, s'éloignant de l'offense.

„Ó, þetta er allt í lagi," sagði maðurinn fljótt og bakkaði undan móðguninni.

« Je me demandais juste – ça me semblait un peu trop lourd. »

„Ég var bara að velta þessu fyrir mér — mér fannst þetta bara aðeins of þungt efst."

Charles se détourna et attacha la charge du mieux qu'il put.

Karl sneri sér undan og batt byrðina eins vel og hann gat.

Mais les attaches étaient lâches et l'emballage mal fait dans l'ensemble.

En festingarnar voru lausar og pökkunin illa gerð í heildina.

« Bien sûr, les chiens tireront ça toute la journée », a dit un autre homme avec sarcasme.

„Jú, hundarnir munu draga þetta allan daginn," sagði annar maður kaldhæðnislega.

« Bien sûr », répondit froidement Hal en saisissant le long mât du traîneau.

„Auðvitað," svaraði Hal kalt og greip í langa gæsastöng sleðans.

D'une main sur le poteau, il faisait tournoyer le fouet dans l'autre.

Með aðra höndina á stönginni sveiflaði hann svipunni í hinni.

« Allons-y ! » cria-t-il. « Allez ! » exhortant les chiens à démarrer.

„Förum!" hrópaði hann. „Færið ykkur!" og hvatti hundana til að ræsa.

Les chiens se sont penchés sur le harnais et ont tendu pendant quelques instants.

Hundarnir hölluðu sér í beislið og þvinguðust í nokkrar stundir.

Puis ils s'arrêtèrent, incapables de déplacer d'un pouce le traîneau surchargé.

Þá námu þeir staðar, ófær um að hreyfa ofhlaðna sleðann þumlung.

« Ces brutes paresseuses ! » hurla Hal en levant le fouet pour les frapper.

„Lötu skepnurnar!" öskraði Hal og lyfti svipunni til að slá
þau.

**Mais Mercedes s'est précipitée et a saisi le fouet des mains
de Hal.**

En Mercedes þaut inn og greip svipuna úr höndum Hals.

**« Oh, Hal, n'ose pas leur faire de mal », s'écria-t-elle,
alarmée.**

„Ó, Hal, þorðu ekki að meiða þá," hrópaði hún óttaslegin.

**« Promets-moi que tu seras gentil avec eux, sinon je n'irai
pas plus loin. »**

„Lofaðu mér að vera góður við þá, annars fer ég ekki skref
lengra."

« Tu ne connais rien aux chiens », lança Hal à sa sœur.

„Þú veist ekkert um hunda," sagði Hal snöggt við systur sína.

**« Ils sont paresseux, et la seule façon de les déplacer est de
les fouetter. »**

„Þeir eru latir og eina leiðin til að hreyfa þá er að svipa þá."

**« Demandez à n'importe qui, demandez à l'un de ces
hommes là-bas si vous doutez de moi. »**

„Spyrðu hvern sem er — spurðu einhvern af þessum mönnum
þarna ef þú efast um mig."

**Mercedes regarda les spectateurs avec des yeux suppliants et
pleins de larmes.**

Mercedes horfði á áhorfendurna með biðjandi, tárvotum
augum.

**Son visage montrait à quel point elle détestait la vue de la
douleur.**

Svipbrigði hennar sýndu hversu djúpt henni líkaði sjónina af
sársauka.

**« Ils sont faibles, c'est tout », dit un homme. « Ils sont
épuisés. »**

„Þau eru veik, það er allt og sumt," sagði einn maður. „Þau
eru úrvinda."

**« Ils ont besoin de repos, ils ont travaillé trop longtemps
sans pause. »**

„Þau þurfa hvíld — þau hafa verið að vinna of lengi án hlés."

« Que le repos soit maudit », murmura Hal, la lèvre
retroussée.

„Bölvaður sé hvíldin,“ muldraði Hal með krumpuðum vörum.

Mercedes haleta, clairement peinée par ce mot grossier de sa
part.

Mercedes dró andann djúpt, greinilega sár yfir dónalegu
orðunum frá honum.

Pourtant, elle est restée loyale et a immédiatement défendu
son frère.

Samt sem áður var hún trú og varði bróður sinn samstundis.

« Ne fais pas attention à cet homme », dit-elle à Hal. « Ce
sont nos chiens. »

„Hafðu ekki áhyggjur af þessum manni,“ sagði hún við Hal.
„Þetta eru hundarnir okkar.“

« Vous les conduisez comme bon vous semble, faites ce que
vous pensez être juste. »

„Þú keyrir þá eins og þér sýnist — gerðu það sem þér finnst
rétt.“

Hal leva le fouet et frappa à nouveau les chiens sans pitié.

Hal lyfti svipunni og sló hundana aftur miskunnarlaust.

Ils se sont précipités en avant, le corps bas, les pieds
poussant dans la neige.

Þau stukku fram, líkaminn lágt, fæturnir ýttir sér ofan í
snjóinn.

Toutes leurs forces étaient utilisées pour tirer, mais le
traîneau ne bougeait pas.

Öllum kröftum þeirra fór í togið, en sleðinn hreyfðist ekki.

Le traîneau est resté coincé, comme une ancre figée dans la
neige tassée.

Sleðinn sat fastur, eins og akkeri sem hafði frosið í þjöppuðum
snjónum.

Après un deuxième effort, les chiens s'arrêtèrent à nouveau,
haletants.

Eftir aðra tilraun námu hundarnir aftur staðar, andstuttir.

Hal leva à nouveau le fouet, juste au moment où Mercedes
intervenait à nouveau.

Hal lyfti svipunni enn á ný, rétt þegar Mercedes greip aftur inn í.

Elle tomba à genoux devant Buck et lui serra le cou.

Hún féll á kné fyrir framan Buck og faðmaði um háls hans.

Les larmes lui montèrent aux yeux tandis qu'elle suppliait le chien épuisé.

Tár fylltu augu hennar er hún sárbað þreytta hundinn.

« Pauvres chéris », dit-elle, « pourquoi ne tirez-vous pas plus fort ? »

„Þið vesalings elskurnar," sagði hún, „af hverju togið þið ekki bara fastar?"

« Si tu tires, tu ne seras pas fouetté comme ça. »

„Ef þú togar, þá færðu ekki að vera pískaður svona."

Buck n'aimait pas Mercedes, mais il était trop fatigué pour lui résister maintenant.

Buck hafði ekki gaman af Mercedes, en hann var of þreyttur til að veita henni mótspyrnu núna.

Il accepta ses larmes comme une simple partie de cette journée misérable.

Hann tók tár hennar sem bara einn hluta af hinum ömurlega degi.

L'un des hommes qui regardaient a finalement parlé après avoir retenu sa colère.

Einn af mönnunum sem voru að horfa á tók loksins til máls eftir að hafa haldið aftur af reiði sinni.

« Je me fiche de ce qui vous arrive, mais ces chiens comptent. »

„Mér er alveg sama hvað verður um ykkur, en þessir hundar skipta máli."

« Si vous voulez aider, détachez ce traîneau, il est gelé dans la neige. »

„Ef þú vilt hjálpa, þá skaltu brjóta sleðann lausan — hann er frosinn fastur í snjónum."

« Appuyez fort sur la perche, à droite et à gauche, et brisez le sceau de glace. »

„Ýttu fast á jökulstöngina, hægri og vinstri, og brjóttu ísinnsiglið."

Une troisième tentative a été faite, cette fois-ci suite à la suggestion de l'homme.

Þriðja tilraun var gerð, að þessu sinni eftir tillögu mannsins.

Hal a balancé le traîneau d'un côté à l'autre, libérant les patins.

Hal vaggaði sleðanum til og frá og losaði meðfærin.

Le traîneau, bien que surchargé et maladroit, a finalement fait un bond en avant.

Sleðinn, þótt ofhlaðinn og klaufalegur væri, kipptist loksins áfram.

Buck et les autres tiraient sauvagement, poussés par une tempête de coups de fouet.

Buck og hinir drógu óðfluga úr stað, knúnir áfram af fellibyl af svipuhöggum.

Une centaine de mètres plus loin, le sentier courbait et descendait en pente dans la rue.

Hundrað metrum fyrir framan beygði slóðinn og hallaði niður á götuna.

Il aurait fallu un conducteur expérimenté pour maintenir le traîneau droit.

Það hefði þurft reyndan ökumann til að halda sleðanum uppréttum.

Hal n'était pas habile et le traîneau a basculé en tournant dans le virage.

Hal var ekki fær í ferðinni og sleðinn hallaði sér þegar hann sveiflaðist í beygjunni.

Les sangles lâches ont cédé et la moitié de la charge s'est répandue sur la neige.

Lausar festingar gáfu sig og helmingur farmsins rann út á snjóinn.

Les chiens ne s'arrêtèrent pas ; le traîneau le plus léger volait sur le côté.

Hundarnir námu ekki staðar; léttari sleðinn flaug áfram á hliðinni.

En colère à cause des mauvais traitements et du lourd fardeau, les chiens couraient plus vite.

Hundarnir voru reiðir af misþyrmingunum og þungu byrðinni og hlupu hraðar.

Buck, furieux, s'est mis à courir, suivi par l'équipe.

Buck, í reiði, byrjaði að hlaupa, og liðið fylgdi á eftir.

Hal a crié « Whoa ! Whoa ! » mais l'équipe ne lui a pas prêté attention.

Hal hrópaði „Vó! Vó!" en liðið gaf honum engan gaum.

Il a trébuché, est tombé et a été traîné au sol par le harnais.

Hann hrasaði, féll og var dreginn eftir jörðinni í beislinu.

Le traîneau renversé l'a heurté tandis que les chiens couraient devant.

Sleðinn sem hafði fallið skall á hann á meðan hundarnir þutu á undan.

Le reste des fournitures est dispersé dans la rue animée de Skaguay.

Restin af birgðunum dreifðist um annasama götu Skaguay.

Des personnes au grand cœur se sont précipitées pour arrêter les chiens et rassembler le matériel.

Góðhjartað fólk flýtti sér að stöðva hundana og safna saman búnaðinum.

Ils ont également donné des conseils, directs et pratiques, aux nouveaux voyageurs.

Þau gáfu einnig nýju ferðalöngum ráð, beinskeytt og hagnýt.

« Si vous voulez atteindre Dawson, prenez la moitié du chargement et doublez les chiens. »

„Ef þú vilt ná til Dawson, taktu þá helminginn af farminum og tvöfaldaðu hundana."

Hal, Charles et Mercedes écoutaient, mais sans enthousiasme.

Hal, Charles og Mercedes hlustuðu, þó ekki með miklum áhuga.

Ils ont installé leur tente et ont commencé à trier leurs provisions.

Þau settu upp tjaldið sitt og fóru að flokka vistir sínar.

Des conserves sont sorties, ce qui a fait rire les spectateurs.

Út komu niðursoðnar vörur sem fengu áhorfendur til að hlæja upphátt.

« Des conserves sur le sentier ? Tu vas mourir de faim avant qu'elles ne fondent », a dit l'un d'eux.

„Niðursoðið dót á slóðinni? Þú munt svelta áður en það bráðnar," sagði einn.

« Des couvertures d'hôtel ? Tu ferais mieux de toutes les jeter. »

„Hótelteppi? Það er betra að henda þeim öllum."

« Laissez tomber la tente aussi, et personne ne fait la vaisselle ici. »

„Hendið líka tjaldinu, og enginn þvær upp hér."

« Tu crois que tu voyages dans un train Pullman avec des domestiques à bord ? »

„Heldurðu að þú sért að ferðast með Pullman-lest með þjónustufólki um borð?"

Le processus a commencé : chaque objet inutile a été jeté de côté.

Ferlið hófst — öllum ónothæfum hlutum var hent til hliðar.

Mercedes a pleuré lorsque ses sacs ont été vidés sur le sol enneigé.

Mercedes grét þegar töskunum hennar var tæmt á snæviþakin jörð.

Elle sanglotait sur chaque objet jeté, un par un, sans pause.

Hún grét yfir hverjum einasta hlut sem hent var út, einum af öðrum, án þess að stoppa.

Elle jura de ne plus faire un pas de plus, même pas pendant dix Charles.

Hún sór þess eið að ganga ekki eitt skref lengra – ekki einu sinni fyrir tíu Karla.

Elle a supplié chaque personne à proximité de la laisser garder ses objets précieux.

Hún bað alla í nágrenninu um að leyfa sér að geyma dýrmætu hlutina sína.

Finalement, elle s'essuya les yeux et commença à jeter même les vêtements essentiels.

Loksins þurrkaði hún sér um augun og fór að henda jafnvel nauðsynlegum fötum.

Une fois les siennes terminées, elle commença à vider les provisions des hommes.

Þegar hún var búin með sína eigin birgðir fór hún að tæma birgðir mannanna.

Comme un tourbillon, elle a déchiré les affaires de Charles et Hal.

Eins og hvirfilvindur reif hún í gegnum eigur Charles og Hals.

Même si la charge était réduite de moitié, elle était encore bien plus lourde que nécessaire.

Þótt álagið hefði minnkað um helming var það samt miklu þyngra en þörf var á.

Cette nuit-là, Charles et Hal sont sortis et ont acheté six nouveaux chiens.

Um kvöldið fóru Charles og Hal út og keyptu sex nýja hunda.

Ces nouveaux chiens ont rejoint les six originaux, plus Teek et Koona.

Þessir nýju hundar bættust við upprunalegu sex, auk Teek og Koona.

Ensemble, ils formaient une équipe de quatorze chiens attelés au traîneau.

Saman mynduðu þeir fjórtán hunda sem voru tengdir við sleðann.

Mais les nouveaux chiens n'étaient pas aptes et mal entraînés au travail en traîneau.

En nýju hundarnir voru óhæfir og illa þjálfaðir til sleðavinnu.

Trois des chiens étaient des pointeurs à poil court et un était un Terre-Neuve.

Þrír hundanna voru stutthærðir pointerhundar og einn var af nýfundnalandsætt.

Les deux derniers chiens étaient des bâtards sans race ni objectif clairement définis.

Síðustu tveir hundarnir voru múslímar án skýrs kyns eða tilgangs.

Ils n'ont pas compris le sentier et ne l'ont pas appris rapidement.

Þau skildu ekki slóðina og lærðu hana ekki fljótt.

Buck et ses compagnons les regardaient avec mépris et une profonde irritation.

Buck og félagar hans horfðu á þá með fyrirlitningu og djúpri pirringi.

Bien que Buck leur ait appris ce qu'il ne fallait pas faire, il ne pouvait pas leur enseigner le devoir.

Þótt Buck kenndi þeim hvað ekki ætti að gera, gat hann ekki kennt þeim skyldu.

Ils n'ont pas bien supporté la vie sur les sentiers ni la traction des rênes et des traîneaux.

Þeim líkaði ekki vel við lífið á slóðum eða taumhald og sleða.

Seuls les bâtards essayaient de s'adapter, et même eux manquaient d'esprit combatif.

Aðeins blendingarnir reyndu að aðlagast og jafnvel þeir skorti baráttuanda.

Les autres chiens étaient confus, affaiblis et brisés par leur nouvelle vie.

Hinir hundarnir voru ruglaðir, veikir og niðurbrotnir í nýja lífi sínu.

Les nouveaux chiens étant désemparés et les anciens épuisés, l'espoir était mince.

Þar sem nýju hundarnir voru ráðalausir og þeir gömlu úrvinda var vonin lítil.

L'équipe de Buck avait parcouru deux mille cinq cents kilomètres de sentiers difficiles.

Lið Bucks hafði lagt að baki tuttugu og fimm hundruð kílómetra af erfiðri slóð.

Pourtant, les deux hommes étaient joyeux et fiers de leur grande équipe de chiens.

Samt sem áður voru mennirnir tveir kátir og stoltir af stóra hundaliðinu sínu.

Ils pensaient voyager avec style, avec quatorze chiens attelés.

Þau héldu að þau væru að ferðast með stæl, með fjórtán hunda í vagninum.

Ils avaient vu des traîneaux partir pour Dawson, et d'autres en arriver.

Þau höfðu séð sleða leggja af stað til Dawson og aðra koma þaðan.

Mais ils n'en avaient jamais vu un tiré par quatorze chiens.

En aldrei höfðu þau séð einn dreginn af jafn mörgum og fjórtán hundum.

Il y avait une raison pour laquelle de telles équipes étaient rares dans la nature sauvage de l'Arctique.

Það var ástæða fyrir því að slík lið voru sjaldgæf í óbyggðum norðurslóða.

Aucun traîneau ne pouvait transporter suffisamment de nourriture pour nourrir quatorze chiens pendant le voyage.

Enginn sleði gat borið nægan mat til að fæða fjórtán hunda í ferðinni.

Mais Charles et Hal ne le savaient pas : ils avaient fait le calcul.

En Charles og Hal vissu það ekki — þeir höfðu reiknað það út.

Ils ont planifié la nourriture : tant par chien, tant de jours, et c'est fait.

Þau skrifuðu niður matinn með blýanti: svo mikið á hvern hund, svo marga daga, tilbúið.

Mercedes regarda leurs chiffres et hocha la tête comme si cela avait du sens.

Mercedes leit á tölurnar þeirra og kinkaði kolli eins og það væri rökrétt.

Tout cela lui semblait très simple, du moins sur le papier.

Þetta virtist allt mjög einfalt fyrir henni, að minnsta kosti á pappírnum.

Le lendemain matin, Buck conduisit lentement l'équipe dans la rue enneigée.

Næsta morgun leiddi Buck hópinn hægt upp snæviþakta götuna.

Il n'y avait aucune énergie ni aucun esprit en lui ou chez les chiens derrière lui.

Það var hvorki orka né lífskraftur í honum né hundunum á eftir honum.

Ils étaient épuisés dès le départ, il n'y avait plus de réserve.

Þau voru dauðþreytt frá upphafi — það var enginn varasjóður
eftir.

**Buck avait déjà effectué quatre voyages entre Salt Water et
Dawson.**

Buck hafði þegar farið fjórar ferðir milli Salt Water og
Dawson.

**Maintenant, confronté à nouveau à la même épreuve, il ne
ressentait que de l'amertume.**

Nú, þegar hann stóð aftur frammi fyrir sömu slóð, fann hann
ekkert nema beiskju.

Son cœur n'y était pas, ni celui des autres chiens.

Hjarta hans var ekki með í því, né heldur hjörtu hinna
hundanna.

**Les nouveaux chiens étaient timides et les huskies
manquaient totalement de confiance.**

Nýju hundarnir voru feimnir og husky-hundarnir skorti allt
traust.

**Buck sentait qu'il ne pouvait pas compter sur ces deux
hommes ou sur leur sœur.**

Buck fann að hann gat ekki treyst á þessa tvo menn eða systur
þeirra.

**Ils ne savaient rien et ne montraient aucun signe
d'apprentissage sur le sentier.**

Þau vissu ekkert og sýndu engin merki um að læra á leiðinni.

**Ils étaient désorganisés et manquaient de tout sens de la
discipline.**

Þau voru óskipulagð og skorti alla aga.

**Il leur fallait à chaque fois la moitié de la nuit pour monter
un campement bâclé.**

Það tók þá hálfa nóttina að koma sér upp sloppnu tjaldbúðum
í hvert skipti.

**Et ils passèrent la moitié de la matinée suivante à tâtonner à
nouveau avec le traîneau.**

Og hálfan næsta morgun eyddu þeir aftur í að fikta við
sleðann.

**À midi, ils s'arrêtaient souvent juste pour réparer la charge
inégale.**

Um hádegi stoppuðu þeir oft bara til að laga ójafnan farm.

Certains jours, ils parcouraient moins de dix milles au total.

Suma daga ferðuðust þau innan við tíu kílómetra samtals.

D'autres jours, ils ne parvenaient pas du tout à quitter le camp.

Aðra daga tókst þeim alls ekki að yfirgefa búðirnar.

Ils n'ont jamais réussi à couvrir la distance alimentaire prévue.

Þau komust aldrei nálægt því að fara yfir áætlaða matarfjarlægð.

Comme prévu, ils ont très vite manqué de nourriture pour les chiens.

Eins og búist var við, þá kláruðust hundarnir fljótt í matarskort.

Ils ont aggravé la situation en les suralimentant au début.

Þeir gerðu illt verra með því að offóðra í fyrstu.

À chaque ration négligée, la famine se rapprochait.

Þetta færði hungursneyð nær með hverri kærulausri skömmtun.

Les nouveaux chiens n'avaient pas appris à survivre avec très peu.

Nýju hundarnir höfðu ekki lært að lifa af á mjög litlu.

Ils mangeaient avec faim, avec un appétit trop grand pour le sentier.

Þau borðuðu svangir, með of mikla matarlyst fyrir slóðina.

Voyant les chiens s'affaiblir, Hal pensait que la nourriture n'était pas suffisante.

Þegar Hal sá hundana veikjast taldi hann að maturinn væri ekki nóg.

Il a doublé les rations, rendant l'erreur encore pire.

Hann tvöfaldaði skammtana og gerði mistökin enn verri.

Mercedes a aggravé le problème avec ses larmes et ses douces supplications.

Mercedes bætti við vandamálið með tárum og mjúkri bæn.

Comme elle n'arrivait pas à convaincre Hal, elle nourrissait les chiens en secret.

Þegar henni tókst ekki að sannfæra Hal, gaf hún hundunum að éta í leyni.

Elle a volé des sacs de poissons et les leur a donnés dans son dos.

Hún stal úr fiskisekkjunum og gaf þeim það á bak við bakið á honum.

Mais ce dont les chiens avaient réellement besoin, ce n'était pas de plus de nourriture, mais de repos.

En það sem hundarnir þurftu í raun og veru ekki meiri mat – heldur hvíld.

Ils progressaient mal, mais le lourd traîneau continuait à avancer.

Þau voru að ná lélegum tíma, en þungi sleðinn dróst samt áfram.

Ce poids à lui seul épuisait chaque jour leurs forces restantes.

Þessi þyngd ein og sér tæmdi þá sem eftir voru af þeim á hverjum degi.

Puis vint l'étape de la sous-alimentation, les réserves s'épuisant.

Þá kom að því að næringarskorturinn varð þegar birgðirnar voru þrotnar.

Un matin, Hal s'est rendu compte que la moitié de la nourriture pour chien avait déjà disparu.

Hal áttaði sig einn morguninn á því að helmingurinn af hundamatnum var þegar búinn.

Ils n'avaient parcouru qu'un quart de la distance totale du sentier.

Þau höfðu aðeins farið fjórðung af heildarvegalengdinni á leiðinni.

On ne pouvait plus acheter de nourriture, quel que soit le prix proposé.

Ekki var hægt að kaupa meiri mat, sama hvaða verð var í boði.

Il a réduit les portions des chiens en dessous de la ration quotidienne standard.

Hann minnkaði skammta hundanna niður fyrir venjulegan dagskammt.

Dans le même temps, il a exigé des voyages plus longs pour compenser la perte.

Jafnframt krafðist hann lengri ferðalaga til að bæta upp tapið.

Mercedes et Charles ont soutenu ce plan, mais ont échoué dans son exécution.

Mercedes og Charles studdu þessa áætlun en framkvæmd hennar mistókst.

Leur lourd traîneau et leur manque de compétences rendaient la progression presque impossible.

Þungur sleði þeirra og skortur á færni gerði það nær ómögulegt að komast áfram.

Il était facile de donner moins de nourriture, mais impossible de forcer plus d'efforts.

Það var auðvelt að gefa minna mat, en ómögulegt að þvinga fram meiri fyrirhöfn.

Ils ne pouvaient pas commencer plus tôt, ni voyager pendant des heures supplémentaires.

Þau gátu ekki byrjað snemma né heldur ferðast í lengri tíma.

Ils ne savaient pas comment travailler les chiens, ni eux-mêmes d'ailleurs.

Þau vissu ekki hvernig ætti að vinna hundana, né sjálf sig, ef út í það er farið.

Le premier chien à mourir était Dub, le voleur malchanceux mais travailleur.

Fyrsti hundurinn sem dó var Dub, óheppni en duglegi þjófurinn.

Bien que souvent puni, Dub avait fait sa part sans se plaindre.

Þótt Dub hefði oft verið refsað, þá stóð hann sig án þess að kvarta.

Son épaule blessée s'est aggravée sans qu'il soit nécessaire de prendre soin de lui et de se reposer.

Öxl hans versnaði án umönnunar eða þörf á hvíld.

Finalement, Hal a utilisé le revolver pour mettre fin aux souffrances de Dub.

Að lokum notaði Hal skammbyssuna til að binda enda á þjáningar Dubs.

Un dicton courant dit que les chiens normaux meurent à cause des rations de husky.

Algeng málsháttur hélt því fram að venjulegir hundar deyi á husky-fóðurskammti.

Les six nouveaux compagnons de Buck n'avaient que la moitié de la part de nourriture du husky.

Sex nýju félagar Bucks fengu aðeins helminginn af matnum sem husky-hundurinn fékk.

Le Terre-Neuve est mort en premier, puis les trois braques à poil court.

Nýfundnalandshundurinn dó fyrst, síðan þrír stutthærðu pointerhundarnir.

Les deux bâtards résistèrent plus longtemps mais finirent par périr comme les autres.

Blendingarnir tveir héldu út lengur en fórust að lokum eins og hinir.

À cette époque, toutes les commodités et la douceur du Southland avaient disparu.

Á þessum tíma voru allir þægindi og blíðu Suðurlandsins horfnir.

Les trois personnes avaient perdu les dernières traces de leur éducation civilisée.

Þessir þrír höfðu losað sig við síðustu ummerki siðmenntaðrar uppeldis síns.

Dépouillé de glamour et de romantisme, le voyage dans l'Arctique est devenu brutalement réel.

Svipt glamúr og rómantík urðu ferðalög um norðurslóðir grimmilega raunveruleg.

C'était une réalité trop dure pour leur sens de la virilité et de la féminité.

Þetta var veruleiki of harður fyrir tilfinningu þeirra fyrir karlmennsku og kvenleika.

Mercedes ne pleurait plus pour les chiens, mais maintenant elle pleurait seulement pour elle-même.

Mercedes grét ekki lengur yfir hundunum, heldur grét nú aðeins yfir sjálfri sér.

Elle passait son temps à pleurer et à se disputer avec Hal et Charles.

Hún eyddi tímanum í að gráta og rífast við Hal og Charles.

Se disputer était la seule chose qu'ils n'étaient jamais trop fatigués de faire.

Rifrildi voru það eina sem þau voru aldrei of þreytt til að gera.

Leur irritabilité provenait de la misère, grandissait avec elle et la surpassait.

Pirringur þeirra stafaði af eymdinni, jókst með henni og fór fram úr henni.

La patience du sentier, connue de ceux qui peinent et souffrent avec bienveillance, n'est jamais venue.

Þolinmæði slóðarinnar, sem þeir sem strita og þjást af góðvild þekkja, kom aldrei.

Cette patience, qui garde la parole douce malgré la douleur, leur était inconnue.

Sú þolinmæði, sem heldur tali sætu þrátt fyrir sársauka, var þeim ókunn.

Ils n'avaient aucune trace de patience, aucune force tirée de la souffrance avec grâce.

Þau höfðu engan vott af þolinmæði, engan styrk sem sóttist í þjáningar með náð.

Ils étaient raides de douleur : leurs muscles, leurs os et leur cœur étaient douloureux.

Þau voru stirð af sársauka — aum í vöðvum, beinum og hjörtum.

À cause de cela, ils devinrent acerbes et prompts à prononcer des paroles dures.

Vegna þessa urðu þeir hvassir í tungu og fljótir til að mæla hörðum orðum.

Chaque jour commençait et se terminait par des voix en colère et des plaintes amères.

Hver dagur hófst og endaði með reiðilegum röddum og bitrum kvörtunum.

Charles et Hal se disputaient chaque fois que Mercedes leur en donnait l'occasion.

Charles og Hal rifust alltaf þegar Mercedes gaf þeim tækifæri.

Chaque homme estimait avoir fait plus que sa juste part du travail.

Hver maður taldi sig hafa gert meira en sanngjarnt var fyrir verkið.

Aucun des deux n'a jamais manqué une occasion de le dire, encore et encore.

Hvorugur þeirra lét tækifærið renna til að segja það, aftur og aftur.

Parfois, Mercedes se rangeait du côté de Charles, parfois du côté de Hal.

Stundum tók Mercedes afstöðu með Charles, stundum með Hal.

Cela a conduit à une grande et interminable querelle entre les trois.

Þetta leiddi til mikilla og endalausra rifrilda milli þeirra þriggja.

Une dispute sur la question de savoir qui devait couper le bois de chauffage est devenue incontrôlable.

Deila um hver ætti að höggva eldivið fór úr böndunum.

Bientôt, les pères, les mères, les cousins et les parents décédés ont été nommés.

Fljótlega voru feður, mæður, frændsystkini og látnir ættingjar nefndir á nafn.

Les opinions de Hal sur l'art ou les pièces de son oncle sont devenues partie intégrante du combat.

Skoðanir Hals á list eða leikrit frænda síns urðu hluti af baráttunni.

Les convictions politiques de Charles sont également entrées dans le débat.

Stjórnmálaskoðanir Karls komu einnig inn í umræðuna.

Pour Mercedes, même les ragots de la sœur de son mari semblaient pertinents.

Jafnvel slúður systur eiginmanns hennar virtist viðeigandi fyrir Mercedes.

Elle a exprimé son opinion sur ce sujet et sur de nombreux défauts de la famille de Charles.

Hún lét skoðanir sínar í ljós um það og um marga af göllum fjölskyldu Karls.

Pendant qu'ils se disputaient, le feu restait éteint et le camp à moitié monté.

Meðan þau rifuðust var eldurinn slökktur og tjaldbúðirnar hálfkveiktar.

Pendant ce temps, les chiens restaient froids et sans nourriture.

Á meðan voru hundarnir kaldir og án nokkurs matar.

Mercedes avait un grief qu'elle considérait comme profondément personnel.

Mercedes hafði kvörtun sem hún taldi mjög persónulega.

Elle se sentait maltraitée en tant que femme, privée de ses doux privilèges.

Henni fannst hún vera illa farið með sem kona, neitað um blíðu forréttindi sín.

Elle était jolie et douce, et habituée à la chevalerie toute sa vie.

Hún var falleg og mjúk og riddarleg alla sína ævi.

Mais son mari et son frère la traitaient désormais avec impatience.

En eiginmaður hennar og bróðir sýndu henni nú óþolinmæði.

Elle avait pour habitude d'agir comme si elle était impuissante, et ils commencèrent à se plaindre.

Hún var vön að hegða sér hjálparvana og þau fóru að kvarta.

Offensée par cela, elle leur rendit la vie encore plus difficile.

Hún móðgaðist yfir þessu og gerði líf þeirra enn erfiðara.

Elle a ignoré les chiens et a insisté pour conduire elle-même le traîneau.

Hún hunsaði hundana og krafðist þess að fá að fara sjálf á sleðanum.

Bien que légère en apparence, elle pesait cent vingt livres.

Þótt hún væri létt að útliti vó hún eitt hundrað og tuttugu pund.

Ce fardeau supplémentaire était trop lourd pour les chiens affamés et faibles.

Þessi aukabyrði var of mikil fyrir sveltandi, veikburða hundana.

Elle a continué à monter pendant des jours, jusqu'à ce que les chiens s'effondrent sous les rênes.

Samt reið hún í daga, þar til hundarnir féllu saman í taumunum.

Le traîneau s'arrêta et Charles et Hal la supplièrent de marcher.

Sleðinn stóð kyrr og Charles og Hal báðu hana um að ganga.

Ils la supplièrent et la supplièrent, mais elle pleura et les traita de cruels.

Þau sárbændu og sárbændu, en hún grét og kallaði þau grimm.

À une occasion, ils l'ont tirée du traîneau avec force et colère.

Einu sinni drógu þeir hana af sleðanum með hreinu afli og reiði.

Ils n'ont plus jamais essayé après ce qui s'est passé cette fois-là.

Þau reyndu aldrei aftur eftir það sem gerðist þann tíma.

Elle devint molle comme un enfant gâté et s'assit dans la neige.

Hún haltraði eins og spillt barn og settist í snjóinn.

Ils continuèrent leur chemin, mais elle refusa de se lever ou de les suivre.

Þau héldu áfram, en hún neitaði að standa upp eða fylgja á eftir.

Après trois milles, ils s'arrêtèrent, revinrent et la ramenèrent.

Eftir þrjár mílur stöðvuðu þau, sneru aftur og báru hana til baka.

Ils l'ont rechargée sur le traîneau, en utilisant encore une fois la force brute.

Þeir hlóðu hana aftur upp á sleðann, aftur með hörku afli.

Dans leur profonde misère, ils étaient insensibles à la souffrance des chiens.

Í djúpri eymd sinni voru þeir tilfinningalausir gagnvart þjáningum hundanna.

Hal croyait qu'il fallait s'endurcir et il a imposé cette croyance aux autres.

Hal trúði því að maður yrði að herða sig og þröngvaði þeirri trú upp á aðra.

Il a d'abord essayé de prêcher sa philosophie à sa sœur

Hann reyndi fyrst að prédika heimspeki sína fyrir systur sinni

et puis, sans succès, il prêcha à son beau-frère.

og síðan, án árangurs, prédikaði hann fyrir mág sínum.

Il a eu plus de succès avec les chiens, mais seulement parce qu'il leur a fait du mal.

Hann hafði meiri árangur með hundunum, en aðeins vegna þess að hann meiddi þá.

Chez Five Fingers, la nourriture pour chiens est complètement épuisée.

Hjá Five Fingers kláraðist hundamaturinn alveg.

Une vieille squaw édentée a vendu quelques kilos de peau de cheval congelée

Tannlaus gamall squat seldi nokkur pund af frosnu hestaskinni

Hal a échangé son revolver contre la peau de cheval séchée.

Hal skipti skammbyssunni sinni út fyrir þurrkaða hesthúð.

La viande provenait de chevaux affamés d'éleveurs de bétail des mois auparavant.

Kjötið hafði komið af sveltandi hestum nautgripabænda mánuðum áður.

Gelée, la peau était comme du fer galvanisé ; dure et immangeable.

Frosin, skinnið var eins og galvaniseruðu járni; sterkt og óæt.

Les chiens devaient mâcher la peau sans fin pour la manger.

Hundarnir þurftu að tyggja endalaust á felunni til að éta hana.

Mais les cordes en cuir et les cheveux courts n'étaient guère une nourriture.

En leðurkenndu strengirnir og stutta hárið voru varla næring.

La majeure partie de la peau était irritante et ne constituait pas véritablement de la nourriture.

Mest af skinninu var pirrandi og ekki fæða í neinum eiginlegum skilningi.

Et pendant tout ce temps, Buck titubait en tête, comme dans un cauchemar.

Og þrátt fyrir allt þetta staulaðist Buck fremst, eins og í martröð.

Il tirait quand il le pouvait ; quand il ne le pouvait pas, il restait allongé jusqu'à ce qu'un fouet ou un gourdin le relève.

Hann togaði þegar hann gat; þegar hann gat það ekki lá hann þar til svipa eða kylfa lyfti honum.

Son pelage fin et brillant avait perdu toute sa rigidité et son éclat d'autrefois.

Fínn, glansandi feldurinn hans hafði misst allan stífleika og gljáa sem hann hafði áður haft.

Ses cheveux pendaient, mous, en bataille et coagulés par le sang séché des coups.

Hár hans hékk slappt, úfið og storknað af þurrkuðu blóði eftir höggin.

Ses muscles se sont réduits à l'état de cordes et ses coussinets de chair étaient tous usés.

Vöðvarnir hans minnkuðu í strengi og holdspúðarnir voru allir slitnir.

Chaque côte, chaque os apparaissait clairement à travers les plis de la peau ridée.

Hvert rifbein, hvert bein, sást greinilega í gegnum fellingar af hrukkuðum húðflúr.

C'était déchirant, mais le cœur de Buck ne pouvait pas se briser.

Það var hjartnæmt, en samt gat hjarta Bucks ekki brotnað.

L'homme au pull rouge avait testé cela et l'avait prouvé il y a longtemps.

Maðurinn í rauða peysunni hafði prófað það og sannað það fyrir löngu síðan.

Comme ce fut le cas pour Buck, ce fut le cas pour tous ses coéquipiers restants.

Eins og það var með Buck, svo var það líka með alla hans eftirlifandi liðsfélaga.

Il y en avait sept au total, chacun étant un squelette
ambulant de misère.

Þeir voru sjö alls, hver og einn eins og gangandi beinagrind
eymdar.

Ils étaient devenus insensibles au fouet, ne ressentant
qu'une douleur lointaine.

Þau voru dofin og máttlaus, fundu aðeins fyrir fjarlægum
sársauka.

Même la vue et le son leur parvenaient faiblement, comme à
travers un épais brouillard.

Jafnvel sjón og heyrn náðu til þeirra dauflega, eins og í
gegnum þykka þoku.

Ils n'étaient pas à moitié vivants : c'étaient des os avec de
faibles étincelles à l'intérieur.

Þau voru ekki hálf lifandi — þau voru bein með daufum
neistum innan í.

Lorsqu'ils s'arrêtèrent, ils s'effondrèrent comme des
cadavres, leurs étincelles presque éteintes.

Þegar þeir voru stöðvaðir hrundu þeir saman eins og lík,
neistarnir næstum horfnir.

Et lorsque le fouet ou le gourdin frappaient à nouveau, les
étincelles voltigeaient faiblement.

Og þegar svipan eða kylfan sló aftur, flautuðu neistarnir veikt.

Puis ils se levèrent, titubèrent en avant et traînèrent leurs
membres en avant.

Þá risu þau upp, stauluðust áfram og drógu útlimina áfram.

Un jour, le gentil Billee tomba et ne put plus se relever du
tout.

Dag einn féll góðhjartaði Billee og gat alls ekki risið upp aftur.

Hal avait échangé son revolver, alors il a utilisé une hache
pour tuer Billee à la place.

Hal hafði skipt á skammbyssu sinni, svo hann notaði öxi til að
drepa Billee í staðinn.

Il le frappa à la tête, puis lui coupa le corps et le traîna.

Hann sló hann í höfuðið, skar síðan líkama hans lausan og dró
hann burt.

Buck vit cela, et les autres aussi ; ils savaient que la mort était proche.

Buck sá þetta, og hinir líka; þeir vissu að dauðinn var í nánd.

Le lendemain, Koona partit, ne laissant que cinq chiens dans l'équipe affamée.

Daginn eftir fór Koona og skildi aðeins fimm hunda eftir í sveltandi hópnum.

Joe, qui n'était plus méchant, était trop loin pour se rendre compte de quoi que ce soit.

Joe, ekki lengur vondur, var of langt genginn til að vita af miklu.

Pike, ne faisant plus semblant d'être blessé, était à peine conscient.

Pike, sem ekki lengur þóttist meiða sig, var varla meðvitundarlaus.

Solleks, toujours fidèle, se lamentait de ne plus avoir de force à donner.

Solleks, enn trúr, harmaði að hann hefði engan kraft til að gefa.

Teek a été le plus battu parce qu'il était plus frais, mais qu'il s'estompait rapidement.

Teek var mest barinn vegna þess að hann var ferskari en dofnaði hratt.

Et Buck, toujours en tête, ne maintenait plus l'ordre ni ne le faisait respecter.

Og Buck, enn í forystu, hélt ekki lengur uppi reglu né framfylgdi henni.

À moitié aveugle à cause de sa faiblesse, Buck suivit la piste au toucher seul.

Hálfblindur af veikleika fylgdi Buck slóðinni eingöngu eftir tilfinningunni.

C'était un beau temps printanier, mais aucun d'entre eux ne l'a remarqué.

Það var dásamlegt vorveður, en enginn þeirra tók eftir því.

Chaque jour, le soleil se levait plus tôt et se couchait plus tard qu'avant.

Á hverjum degi reis sólin fyrr og settist seinna en áður.

À trois heures du matin, l'aube était arrivée ; le crépuscule durait jusqu'à neuf heures.

Klukkan þrjú um nóttina rann upp dögun; rökkrið varði til níu.

Les longues journées étaient remplies du plein soleil printanier.

Langir dagarnir voru fylltir af geislandi vorsólarinnar.

Le silence fantomatique de l'hiver s'était transformé en un murmure chaleureux.

Draugaleg þögn vetrarins hafði breyst í hlýjan mulning.

Toute la terre s'éveillait, animée par la joie des êtres vivants.

Allt landið vaknaði, lifandi af gleði lifandi vera.

Le bruit provenait de ce qui était resté mort et immobile pendant l'hiver.

Hljóðið kom frá því sem hafði legið dautt og kyrrt allan veturinn.

Maintenant, ces choses bougeaient à nouveau, secouant le long sommeil de gel.

Nú hreyfðust þessir hlutir aftur og hristu af sér hinn langa frostsvefni.

La sève montait à travers les troncs sombres des pins en attente.

Safi steig upp úr dökkum stofnum furutrjánna sem biðu.

Les saules et les trembles font apparaître de jeunes bourgeons brillants sur chaque brindille.

Víðir og öspur skjóta fram björtum ungum knappum á hverri grein.

Les arbustes et les vignes se parent d'un vert frais tandis que les bois prennent vie.

Runnar og vínviður fengu ferskan grænan lit þegar skógurinn lifnaði við.

Les grillons chantaient la nuit et les insectes rampaient au soleil.

Krybbur kvittruðu á nóttunni og skordýr skriðu í dagsbirtunni.

Les perdrix résonnaient et les pics frappaient profondément dans les arbres.

Grjóthænur dundu og spætur börðust djúpt í trjánum.

Les écureuils bavardaient, les oiseaux chantaient et les oies klaxonnaient au-dessus des chiens.

Íkornar kvöddu, fuglar sungu og gæsir flautu yfir hundunum.

Les oiseaux sauvages arrivaient en groupes serrés, volant vers le haut depuis le sud.

Villifuglinn kom í hvössum hópum, flugandi upp úr suðri.

De chaque colline venait la musique des ruisseaux cachés et impétueux.

Frá hverri hlíð barst tónlist frá földum, straumandi lökkum.

Toutes choses ont dégelé et se sont brisées, se sont pliées et ont repris leur mouvement.

Allt þiðnaði og brotnaði, beygðist og sprakk aftur af stað.

Le Yukon s'efforçait de briser les chaînes de froid de la glace gelée.

Júkon reyndi að brjóta kælikeðjurnar úr frosnu ísnum.

La glace fondait en dessous, tandis que le soleil la faisait fondre par le dessus.

Ísinn bráðnaði undir, en sólin bræddi hann að ofan.

Des trous d'aération se sont ouverts, des fissures se sont propagées et des morceaux sont tombés dans la rivière.

Loftgöt opnuðust, sprungur breiddust út og brotin féllu í ána.

Au milieu de toute cette vie débordante et flamboyante, les voyageurs titubaient.

Mitt í öllu þessu iðandi og líflega lífi reikuðu ferðalangarnir.

Deux hommes, une femme et une meute de huskies marchaient comme des morts.

Tveir menn, kona og hópur af husky-hundum gengu eins og dauðir menn.

Les chiens tombaient, Mercedes pleurait, mais continuait à conduire le traîneau.

Hundarnir voru að detta, Mercedes grét, en ók samt á sleðanum.

Hal jura faiblement et Charles cligna des yeux à travers ses yeux larmoyants.

Hal bölvaði máttlaust og Charles blikkaði augunum með tárvotum augum.

Ils tombèrent sur le camp de John Thornton à l'embouchure de la rivière White.

Þeir rákust inn í herbúðir Johns Thorntons við ósa Hvítaár.

Lorsqu'ils s'arrêtèrent, les chiens s'effondrèrent, comme s'ils étaient tous morts.

Þegar þeir námu staðar féllu hundarnir flatir niður, eins og allir hefðu dottið dauðir niður.

Mercedes essuya ses larmes et regarda John Thornton.

Mercedes þerraði tárin og leit yfir á John Thornton.

Charles s'assit sur une bûche, lentement et raidement, souffrant du sentier.

Karl sat hægt og stirðlega á trjábol, verkjandi eftir slóðina.

Hal parlait pendant que Thornton sculptait l'extrémité d'un manche de hache.

Hal talaði fyrir sér á meðan Thornton höggva út endann á öxarskafti.

Il taillait du bois de bouleau et répondait par des réponses brèves et fermes.

Hann hjó birkivið og svaraði með stuttum, ákveðnum tilsvörum.

Lorsqu'on lui a demandé son avis, il a donné des conseils, certain qu'ils ne seraient pas suivis.

Þegar hann var spurður gaf hann ráð, viss um að þeim yrði ekki fylgt.

Hal a expliqué : « Ils nous ont dit que la glace du sentier disparaissait. »

Hal útskýrði: „Þeir sögðu okkur að ísinn á slóðinni væri að dofna."

« Ils ont dit que nous devions rester sur place, mais nous sommes arrivés à White River. »

„Þau sögðu að við ættum að vera kyrr — en við komumst að White River."

Il a terminé sur un ton moqueur, comme pour crier victoire dans les difficultés.

Hann endaði með hæðnislegum tón, eins og hann væri að lýsa yfir sigri í erfiðleikum.

« Et ils t'ont dit la vérité », répondit doucement John Thornton à Hal.

„Og þeir sögðu þér satt," svaraði John Thornton Hal rólega.

« La glace peut céder à tout moment, elle est prête à tomber. »

„Ísinn getur gefið sig hvenær sem er — hann er tilbúinn að detta af."

« Seuls un peu de chance et des imbéciles ont pu arriver jusqu'ici en vie. »

„Aðeins blind heppni og fífl hefðu getað komist svona langt lifandi."

« Je vous le dis franchement, je ne risquerais pas ma vie pour tout l'or de l'Alaska. »

„Ég segi þér það alveg hreinskilnislega, ég myndi ekki hætta lífi mínu fyrir allt gullið í Alaska."

« C'est parce que tu n'es pas un imbécile, je suppose », répondit Hal.

„Það er vegna þess að þú ert ekki fífl, geri ég ráð fyrir," svaraði Hal.

« Tout de même, nous irons à Dawson. » Il déroula son fouet.

„En samt sem áður förum við áfram til Dawson." Hann reif af sér svipuna.

« Monte là-haut, Buck ! Salut ! Debout ! Vas-y ! » cria-t-il durement.

„Komdu upp, Buck! Hæ! Komdu upp! Komdu!" hrópaði hann hvösslega.

Thornton continuait à tailler, sachant que les imbéciles n'entendraient pas la raison.

Thornton hélt áfram að fikta, vitandi að fífl hlusta ekki á rök.

Arrêter un imbécile était futile, et deux ou trois imbéciles ne changeaient rien.

Að stöðva fífl var tilgangslaust — og tveir eða þrír fífl breyttu engu.

Mais l'équipe n'a pas bougé au son de l'ordre de Hal.

En liðið hreyfði sig ekki við skipun Hals.

Désormais, seuls les coups pouvaient les faire se relever et avancer.

Núna gætu aðeins högg fengið þá til að rísa og dragast áfram.

Le fouet claquait encore et encore sur les chiens affaiblis.

Svipan sleit aftur og aftur yfir veikburða hundana.

John Thornton serra fermement ses lèvres et regarda en silence.

John Thornton kreisti varirnar þétt saman og horfði þegjandi á.

Solleks fut le premier à se relever sous le fouet.

Solleks var fyrstur til að skríða á fætur undir svipuhögginu.

Puis Teek le suivit, tremblant. Joe poussa un cri en se relevant.

Þá fylgdi Teek á eftir, skjálfandi. Joe öskraði þegar hann staulaðist upp.

Pike a essayé de se relever, a échoué deux fois, puis est finalement resté debout, chancelant.

Pike reyndi að rísa á fætur, mistókst tvisvar sinnum, en stóð loksins óstöðugur á fætur.

Mais Buck resta là où il était tombé, sans bouger du tout cette fois.

En Buck lá þar sem hann hafði fallið, hreyfði sig alls ekki að þessu sinni.

Le fouet le frappait à plusieurs reprises, mais il ne faisait aucun bruit.

Svipan sló hann aftur og aftur, en hann gaf ekkert hljóð frá sér.

Il n'a pas bronché ni résisté, il est simplement resté immobile et silencieux.

Hann hvorki hikaði né veitti mótspyrnu, heldur var bara kyrr og hljóður.

Thornton remua plus d'une fois, comme pour parler, mais ne le fit pas.

Thornton hrærði sig oftar en einu sinni, eins og hann ætlaði að tala, en gerði það ekki.

Ses yeux s'humidifièrent, et le fouet continuait à claquer contre Buck.

Augun hans urðu blaut og svipan brotnaði enn gegn Buck.

Finalement, Thornton commença à marcher lentement, ne sachant pas quoi faire.

Loksins fór Thornton að ganga hægt fram og til baka, óviss um hvað hann ætti að gera.

C'était la première fois que Buck échouait, et Hal devint furieux.

Þetta var í fyrsta skipti sem Buck mistókst og Hal varð ævareiður.

Il a jeté le fouet et a pris la lourde massue à la place.

Hann kastaði svipunni frá sér og tók upp þunga kylfuna í staðinn.

Le gourdin en bois s'abattit violemment, mais Buck ne se releva toujours pas pour bouger.

Trékylfan féll fast niður, en Buck reis samt ekki á fætur til að hreyfa sig.

Comme ses coéquipiers, il était trop faible, mais plus que cela.

Eins og liðsfélagar hans var hann of veikburða — en meira en það.

Buck avait décidé de ne pas bouger, quoi qu'il arrive.

Buck hafði ákveðið að hreyfa sig ekki, sama hvað kæmi næst.

Il sentait quelque chose de sombre et de certain planer juste devant lui.

Hann fann eitthvað dimmt og öruggt sveima rétt fyrir framan hann.

Cette peur l'avait saisi dès qu'il avait atteint la rive du fleuve.

Þessi ótti hafði gripið hann um leið og hann kom að árbakkanum.

Cette sensation ne l'avait pas quitté depuis qu'il sentait la glace s'amincir sous ses pattes.

Tilfinningin hafði ekki horfið frá honum síðan hann fann ísinn þunnan undir loppunum.

Quelque chose de terrible l'attendait – il le sentait juste au bout du sentier.

Eitthvað hræðilegt beið hans — hann fann það rétt niður slóðann.

Il n'allait pas marcher vers cette terrible chose devant lui.

Hann ætlaði ekki að ganga í átt að þessum hræðilega hlut framundan

Il n'allait pas obéir à un quelconque ordre qui le conduirait à cette chose.

Hann ætlaði ekki að hlýða neinum skipunum sem leiddu hann til þessa.

La douleur des coups ne l'atteignait plus guère, il était trop loin.

Sársaukinn af höggunum snerti hann varla núna — hann var of langt horfinn.

L'étincelle de vie vacillait faiblement, s'affaiblissant sous chaque coup cruel.

Lífsneistinn blikkaði lágt, dofnaði undir hverju grimmilega höggi.

Ses membres semblaient lointains ; tout son corps semblait appartenir à un autre.

Limir hans voru fjarlægir; allur líkami hans virtist tilheyra öðrum.

Il ressentit un étrange engourdissement alors que la douleur disparaissait complètement.

Hann fann fyrir undarlegri dofa þegar sársaukinn hvarf alveg.

De loin, il sentait qu'il était battu, mais il le savait à peine.

Hann fann að verið var að barsmíða sig úr fjarlægð en vissi varla af því.

Il pouvait entendre les coups sourds faiblement, mais ils ne faisaient plus vraiment mal.

Hann heyrði dynkir dauft, en þau voru ekki lengur raunverulega sár.

Les coups ont porté, mais son corps ne semblait plus être le sien.

Höggin lentu en líkami hans virtist ekki lengur hans eigin.

Puis, soudain, sans prévenir, John Thornton poussa un cri sauvage.

Þá skyndilega, án viðvörunar, rak John Thornton upp óp.

C'était inarticulé, plus le cri d'une bête que celui d'un homme.

Það var óskýrt, frekar óp dýrs en manns.

Il sauta sur l'homme avec la massue et renversa Hal en arrière.

Hann stökk á manninn með kylfuna og sló Hal aftur á bak.

Hal vola comme s'il avait été frappé par un arbre, atterrissant durement sur le sol.

Hal flaug eins og tré hefði rekist á hann og lenti þungt á jörðinni.

Mercedes a crié de panique et s'est agrippée au visage.

Mercedes öskraði upphátt í örvæntingu og greip um andlit hennar.

Charles se contenta de regarder, s'essuya les yeux et resta assis.

Karl horfði bara á, þurrkaði sér um augun og sat síðan kyrr.

Son corps était trop raide à cause de la douleur pour se lever ou aider au combat.

Líkami hans var of stífur af sársauka til að geta risið upp eða hjálpað til í bardaganum.

Thornton se tenait au-dessus de Buck, tremblant de fureur, incapable de parler.

Thornton stóð yfir Buck, skjálfandi af reiði, ófær um að tala.

Il tremblait de rage et luttait pour trouver sa voix à travers elle.

Hann skalf af reiði og barðist við að finna rödd sína í gegnum hana.

« Si tu frappes encore ce chien, je te tue », dit-il finalement.

„Ef þú slærð þennan hund aftur, þá drep ég þig," sagði hann loksins.

Hal essuya le sang de sa bouche et s'avança à nouveau.

Hal þurrkaði sér blóðið og kom fram aftur.

« C'est mon chien », murmura-t-il. « Dégage, ou je te répare. »

„Þetta er hundurinn minn," muldraði hann. „Farðu úr veginum, eða ég laga þig."

« Je vais à Dawson, et vous ne m'en empêcherez pas », a-t-il ajouté.

„Ég er að fara til Dawson og þú ætlar ekki að stoppa mig,"
bætti hann við.

**Thornton se tenait fermement entre Buck et le jeune homme
en colère.**

Thornton stóð fastur á milli Bucks og hins reiða unga manns.

**Il n'avait aucune intention de s'écarter ou de laisser passer
Hal.**

Hann hafði ekki í hyggju að stíga til hliðar eða láta Hal fara
fram hjá sér.

**Hal sortit son couteau de chasse, long et dangereux à la
main.**

Hal dró upp veiðihnífinn sinn, langan og hættulega í
hendinni.

**Mercedes a crié, puis pleuré, puis ri dans une hystérie
sauvage.**

Mercedes öskraði, grét svo og hló svo í villtri móðursýki.

**Thornton frappa la main de Hal avec le manche de sa hache,
fort et vite.**

Thornton sló fast og hratt í hönd Hals með öxarskaftinu.

Le couteau s'est détaché de la main de Hal et a volé au sol.

Hnífurinn losnaði úr greipum Hals og flaug til jarðar.

**Hal essaya de ramasser le couteau, et Thornton frappa à
nouveau ses jointures.**

Hal reyndi að taka hnífinn upp og Thornton barði aftur á
hnúana.

Thornton se baissa alors, attrapa le couteau et le tint.

Þá laut Thornton niður, greip hnífinn og hélt á honum.

**D'un coup rapide de manche de hache, il coupa les rênes de
Buck.**

Með tveimur hröðum höggum með öxarskaftinu hjó hann á
taumana á Buck.

Hal n'avait plus aucune résistance et s'éloigna du chien.

Hal hafði enga baráttu eftir og steig á bak frá hundinum.

**De plus, Mercedes avait désormais besoin de ses deux bras
pour se maintenir debout.**

Auk þess þurfti Mercedes nú báða handleggina til að halda sér
uppréttri.

Buck était trop proche de la mort pour pouvoir à nouveau tirer un traîneau.

Buck var of nærri dauðanum til að geta dregið sleða aftur.

Quelques minutes plus tard, ils se sont retirés et ont descendu la rivière.

Fáeinum mínútum síðar lögðu þau af stað og héldu niður ána.

Buck leva faiblement la tête et les regarda quitter la banque.

Buck lyfti höfðinu máttlaust og horfði á þá fara úr bankanum.

Pike a mené l'équipe, avec Solleks à l'arrière dans la roue.

Pike leiddi liðið, með Solleks aftast í stýrissætinu.

Joe et Teek marchaient entre eux, tous deux boitant d'épuisement.

Joe og Teek gengu á milli, báðir haltrandi af þreytu.

Mercedes s'assit sur le traîneau et Hal saisit le long mât.

Mercedes sat á sleðanum og Hal greip í langa gæsastöngina.

Charles trébuchait derrière, ses pas maladroits et incertains.

Karl hrasaði á eftir sér, klaufalegur og óöruggur í skrefunum.

Thornton s'agenouilla près de Buck et chercha doucement des os cassés.

Thornton kraup við hlið Bucks og þreifaði varlega eftir brotum.

Ses mains étaient rudes mais bougeaient avec gentillesse et attention.

Hendur hans voru hrjúfar en hreyfðust af góðvild og umhyggju.

Le corps de Buck était meurtri mais ne présentait aucune blessure durable.

Líkami Bucks var marinn en engin varanleg meiðsli reyndust.

Ce qui restait, c'était une faim terrible et une faiblesse quasi totale.

Það sem eftir var var hræðileg hungursneyð og nær alger máttleysi.

Au moment où cela fut clair, le traîneau était déjà loin en aval.

Þegar þetta var orðið ljóst var sleðinn kominn langt niður ána.

L'homme et le chien regardaient le traîneau ramper lentement sur la glace fissurée.

Maður og hundur horfðu á sleðann skríða hægt yfir sprunginn ísinn.

Puis, ils virent le traîneau s'enfoncer dans un creux.

Þá sáu þau sleðann sökkva ofan í dæld.

Le mât s'est envolé, Hal s'y accrochant toujours en vain.

Gístöngin flaug upp og Hal hélt enn fast í hana til einskis.

Le cri de Mercedes les atteignit à travers la distance froide.

Óp Mercedes barst til þeirra yfir kalda fjarlægðina.

Charles se retourna et recula, mais il était trop tard.

Karl sneri sér við og steig til baka – en hann var of seinn.

Une calotte glaciaire entière a cédé et ils sont tous tombés à travers.

Heil ísbreiðan gaf sig og þau féllu öll í gegn.

Les chiens, le traîneau et les gens ont disparu dans l'eau noire en contrebas.

Hundar, sleðar og fólk hurfu í svarta vatnið fyrir neðan.

Il ne restait qu'un large trou dans la glace là où ils étaient passés.

Aðeins stórt gat var eftir í ísnum þar sem þeir höfðu farið fram hjá.

Le fond du sentier s'était affaissé, comme Thornton l'avait prévenu.

Botn slóðarinnar hafði dottið út — rétt eins og Thornton varaði við.

Thornton et Buck se regardèrent, silencieux pendant un moment.

Thornton og Buck horfðu hvor á annan, þöglir um stund.

« Pauvre diable », dit doucement Thornton, et Buck lui lécha la main.

„Þú vesalings djöfull," sagði Thornton lágt og Buck sleikti höndina á honum.

Pour l'amour d'un homme
Fyrir ást mannsins

John Thornton s'est gelé les pieds dans le froid du mois de décembre précédent.
John Thornton fraus fæturna í kuldanum í desember síðastliðnum.

Ses partenaires l'ont mis à l'aise et l'ont laissé se rétablir seul.
Samstarfsaðilar hans létu honum líða vel og létu hann einn jafna sig.

Ils remontèrent la rivière pour rassembler un radeau de billes de bois pour Dawson.
Þau fóru upp ána til að safna saman sagviðarflóka fyrir Dawson.

Il boitait encore légèrement lorsqu'il a sauvé Buck de la mort.
Hann haltraði enn lítillega þegar hann bjargaði Buck frá dauða.

Mais avec le temps chaud qui continue, même cette boiterie a disparu.
En með áframhaldandi hlýju veðri hvarf jafnvel þessi haltur.

Allongé au bord de la rivière pendant les longues journées de printemps, Buck se reposait.
Buck hvíldi sig við árbakkann á löngum vordögum.

Il regardait l'eau couler et écoutait les oiseaux et les insectes.
Hann horfði á rennandi vatnið og hlustaði á fugla og skordýr.

Lentement, Buck reprit ses forces sous le soleil et le ciel.
Hægt og rólega endurheimti Buck krafta sína undir sólinni og himninum.

Un repos merveilleux après avoir parcouru trois mille kilomètres.
Hvíldin var dásamleg eftir að hafa ferðast þrjú þúsund kílómetra.

Buck est devenu paresseux à mesure que ses blessures guérissaient et que son corps se remplissait.
Buck varð latur þegar sár hans gróu og líkami hans fylltist.

Ses muscles se raffermirent et la chair revint recouvrir ses os.

Vöðvarnir hans stinnnuðu og hold huldi beinin aftur.

Ils se reposaient tous : Buck, Thornton, Skeet et Nig.

Þau voru öll að hvíla sig — Buck, Thornton, Skeet og Nig.

Ils attendaient le radeau qui allait les transporter jusqu'à Dawson.

Þau biðu eftir flekanum sem átti að flytja þau niður til Dawson.

Skeet était un petit setter irlandais qui s'est lié d'amitié avec Buck.

Skeet var lítill írskur setter sem vingast við Buck.

Buck était trop faible et malade pour lui résister lors de leur première rencontre.

Buck var of veikur og veikur til að veita henni mótspyrnu við fyrsta fund þeirra.

Skeet avait le trait de guérisseur que certains chiens possèdent naturellement.

Skeet hafði þann lækningaeiginleika sem sumir hundar hafa náttúrulega.

Comme une mère chatte, elle lécha et nettoya les blessures à vif de Buck.

Eins og kattarmamma sleikti hún og hreinsaði hrá sár Bucks.

Chaque matin, après le petit-déjeuner, elle répétait son travail minutieux.

Á hverjum morgni eftir morgunmat endurtók hún vandlega vinnu sína.

Buck s'attendait à son aide autant qu'à celle de Thornton.

Buck fór að værta hjálpar hennar jafn mikið og hann vænti hjálpar Thorntons.

Nig était également amical, mais moins ouvert et moins affectueux.

Nig var líka vingjarnleg, en minna opinská og minna ástúðleg.

Nig était un gros chien noir, à la fois chien de Saint-Hubert et chien de chasse.

Nig var stór svartur hundur, hálfur blóðhundur og hálfur dádýrahundur.

Il avait des yeux rieurs et une infinie bonne nature dans son esprit.

Hann hafði brosandi augu og endalausa góðvild í anda sínum.

À la surprise de Buck, aucun des deux chiens n'a montré de jalousie envers lui.

Buck til undrunar sýndi hvorugur hundurinn honum öfund.

Skeet et Nig ont tous deux partagé la gentillesse de John Thornton.

Bæði Skeet og Nig nutu sömu góðvildar og John Thornton.

À mesure que Buck devenait plus fort, ils l'ont attiré dans des jeux de chiens stupides.

Þegar Buck varð sterkari lokkuðu þeir hann í heimskulega hundaleiki.

Thornton jouait souvent avec eux aussi, incapable de résister à leur joie.

Thornton lék sér líka oft við þau, ófær um að standast gleði þeirra.

De cette manière ludique, Buck est passé de la maladie à une nouvelle vie.

Á þennan leikræna hátt færðist Buck frá veikindum yfir í nýtt líf.

L'amour – un amour véritable, brûlant et passionné – était enfin à lui.

Ástin – sönn, brennandi og ástríðufull ást – var loksins hans.

Il n'avait jamais connu ce genre d'amour dans le domaine de Miller.

Hann hafði aldrei kynnst þess konar ást á bústað Millers.

Avec les fils du juge, il avait partagé le travail et l'aventure.

Með sonum dómarans hafði hann deilt verkum og ævintýrum.

Chez les petits-fils, il vit une fierté raide et vantarde.

Hjá barnabörnunum sá hann stífan og montinn stolt.

Il entretenait avec le juge Miller lui-même une amitié respectueuse.

Við dómara Miller sjálfan átti hann virðingarfullan vin.

Mais l'amour qui était feu, folie et adoration est venu avec Thornton.

En ást sem var eldur, brjálæði og tilbeiðsla kom með Thornton.

Cet homme avait sauvé la vie de Buck, et cela seul signifiait beaucoup.

Þessi maður hafði bjargað lífi Bucks, og það eitt og sér þýddi heilmikið.

Mais plus que cela, John Thornton était le type de maître idéal.

En meira en það, John Thornton var kjörinn meistari.

D'autres hommes s'occupaient de chiens par devoir ou par nécessité professionnelle.

Aðrir menn annast hunda af skyldu eða nauðsyn í atvinnuskyni.

John Thornton prenait soin de ses chiens comme s'ils étaient ses enfants.

John Thornton annaðist hundana sína eins og þeir væru börnin hans.

Il prenait soin d'eux parce qu'il les aimait et qu'il ne pouvait tout simplement pas s'en empêcher.

Hann elskaði þau af því að hann gat einfaldlega ekki að því gert.

John Thornton a vu encore plus loin que la plupart des hommes n'ont jamais réussi à voir.

John Thornton sá jafnvel lengra en flestir menn nokkurn tímann náðu að sjá.

Il n'oubliait jamais de les saluer gentiment ou de leur adresser un mot d'encouragement.

Hann gleymdi aldrei að heilsa þeim vinsamlega eða segja hlýlegt orð.

Il adorait s'asseoir avec les chiens pour de longues conversations, ou « gazeuses », comme il disait.

Hann elskaði að sitja niður með hundunum í löngum samræðum, eða „loftgosi" eins og hann sagði.

Il aimait saisir brutalement la tête de Buck entre ses mains fortes.

Honum líkaði að grípa harkalega um höfuð Bucks milli sterkra handa sinna.

Puis il posa sa tête contre celle de Buck et le secoua doucement.

Svo lagði hann höfuðið að höfði Bucks og hristi hann hann varlega.

Pendant tout ce temps, il traitait Buck de noms grossiers qui signifiaient de l'amour pour Buck.

Allan tímann kallaði hann Buck dónaleg nöfn sem þýddu ást fyrir Buck.

Pour Buck, cette étreinte brutale et ces mots ont apporté une joie profonde.

Þessi hrjúfa faðmlag og þessi orð veittu Buck djúpa gleði.

Son cœur semblait se déchaîner de bonheur à chaque mouvement.

Hjarta hans virtist titra af hamingju við hverja hreyfingu.

Lorsqu'il se releva ensuite, sa bouche semblait rire.

Þegar hann spratt upp á eftir leit út eins og munnurinn á honum væri að hlæja.

Ses yeux brillaient et sa gorge tremblait d'une joie inexprimée.

Augun hans skinu skært og hálsinn titraði af ólýsanlegri gleði.

Son sourire resta figé dans cet état d'émotion et d'affection rayonnante.

Bros hans stóð kyrrt í þessu tilfinningaástandi og geislandi ástúð.

Thornton s'exclama alors pensivement : « Mon Dieu ! Il peut presque parler ! »

Þá hrópaði Thornton hugsi: „Guð minn góður! hann getur næstum talað!"

Buck avait une étrange façon d'exprimer son amour qui causait presque de la douleur.

Buck hafði undarlega leið til að tjá ást sem næstum olli sársauka.

Il serrait souvent très fort la main de Thornton entre ses dents.

Hann greip oft mjög fast í hönd Thorntons.

La morsure allait laisser des marques profondes qui resteraient un certain temps après.

Bitið átti eftir að skilja eftir djúp spor sem héldu áfram um tíma á eftir.

Buck croyait que ces serments étaient de l'amour, et Thornton savait la même chose.

Buck trúði því að þessir eiðar væru ást, og Thornton vissi það sama.

Le plus souvent, l'amour de Buck se manifestait par une adoration silencieuse, presque silencieuse.

Oftast birtist ást Bucks í hljóðri, næstum þögulli aðdáun.

Bien qu'il soit ravi lorsqu'on le touche ou qu'on lui parle, il ne cherche pas à attirer l'attention.

Þótt hann væri himinlifandi þegar hann var snert eða talað við hann, þá leitaði hann ekki athygli.

Skeet a poussé son nez sous la main de Thornton jusqu'à ce qu'il la caresse.

Skeet ýtti við trýninu undir hönd Thorntons þar til hann strauk henni.

Nig s'approcha tranquillement et posa sa grosse tête sur le genou de Thornton.

Nig gekk hljóðlega upp að honum og lagði stóra höfuðið á hné Thorntons.

Buck, au contraire, se contentait d'aimer à distance respectueuse.

Buck, hins vegar, var ánægður með að elska úr virðulegri fjarlægð.

Il resta allongé pendant des heures aux pieds de Thornton, alerte et observant attentivement.

Hann lá klukkustundum saman við fætur Thorntons, vakandi og fylgist grannt með.

Buck étudiait chaque détail du visage de son maître et le moindre mouvement.

Buck rannsakaði hvert smáatriði í andliti húsbónda síns og minnstu hreyfingar.

Ou bien il était allongé plus loin, étudiant la silhouette de l'homme en silence.

Eða laug lengra í burtu, rannsakaði lögun mannsins í þögn.

Buck observait chaque petit mouvement, chaque changement de posture ou de geste.

Buck fylgdist með hverri litlu hreyfingu, hverri breytingu á líkamsstöðu eða látbragði.

Ce lien était si puissant qu'il attirait souvent le regard de Thornton.

Svo sterk var þessi tenging að hún dró oft athygli Thorntons.

Il rencontra les yeux de Buck sans un mot, l'amour brillant clairement à travers.

Hann mætti augnaráði Bucks án orða, ástin skein skýrt í gegnum hann.

Pendant longtemps après avoir été sauvé, Buck n'a jamais laissé Thornton hors de vue.

Langt síðan Buck bjargaði Thornton, en hann sleppti honum aldrei úr augsýn.

Chaque fois que Thornton quittait la tente, Buck le suivait de près à l'extérieur.

Alltaf þegar Thornton fór úr tjaldinu fylgdi Buck honum fast á eftir út.

Tous les maîtres sévères du Northland avaient fait que Buck avait peur de faire confiance.

Allir hinir hörðu húsbændur í Norðurlandinu höfðu gert Buck hræddan við að treysta.

Il craignait qu'aucun homme ne puisse rester son maître plus d'un court instant.

Hann óttaðist að enginn maður gæti verið húsbóndi hans lengur en í stuttan tíma.

Il craignait que John Thornton ne disparaisse comme Perrault et François.

Hann óttaðist að John Thornton myndi hverfa eins og Perrault og François.

Même la nuit, la peur de le perdre hantait le sommeil agité de Buck.

Jafnvel á nóttunni ásótti óttinn við að missa hann órólegan svefn Bucks.

Quand Buck se réveilla, il se glissa dehors dans le froid et se dirigea vers la tente.

Þegar Buck vaknaði, læddist hann út í kuldann og gekk að tjaldinu.

Il écoutait attentivement le doux bruit de la respiration à l'intérieur.

Hann hlustaði vandlega eftir mjúkum andardrátt inni í sér.

Malgré l'amour profond de Buck pour John Thornton, la nature sauvage est restée vivante.

Þrátt fyrir djúpa ást Bucks á John Thornton, lifði villidýrin af.

Cet instinct primitif, éveillé dans le Nord, n'a pas disparu.

Þessi frumstæða eðlishvöt, sem vaknaði í norðri, hvarf ekki.

L'amour a apporté la dévotion, la loyauté et le lien chaleureux du coin du feu.

Ástin færði hollustu, tryggð og hlýju bandi arinsins.

Mais Buck a également conservé son instinct sauvage, vif et toujours en alerte.

En Buck hélt líka villtum eðlishvötum sínum, skörpum og alltaf vakandi.

Il n'était pas seulement un animal de compagnie apprivoisé venu des terres douces de la civilisation.

Hann var ekki bara tamt gæludýr frá mjúkum löndum siðmenningarinnar.

Buck était un être sauvage qui était venu s'asseoir près du feu de Thornton.

Buck var villidýr sem hafði komið inn til að sitja við eldinn hjá Thornton.

Il ressemblait à un chien du Southland, mais la sauvagerie vivait en lui.

Hann leit út eins og Suðurlandshundur, en villimennska bjó í honum.

Son amour pour Thornton était trop grand pour permettre de voler cet homme.

Ást hans á Thornton var of mikil til að leyfa þjófnað frá manninum.

Mais dans n'importe quel autre camp, il volerait avec audace et sans relâche.

En í hvaða öðrum herbúðum sem er myndi hann stela djarflega og án þess að hika.

Il était si habile à voler que personne ne pouvait l'attraper ou l'accuser.

Hann var svo klár í að stela að enginn gat náð honum né ásakað hann.

Son visage et son corps étaient couverts de cicatrices dues à de nombreux combats passés.

Andlit hans og líkami voru þakin örum eftir mörg fyrri bardaga.

Buck se battait toujours avec acharnement, mais maintenant il se battait avec plus de ruse.

Buck barðist enn af hörku, en nú barðist hann af meiri lævísi.

Skeet et Nig étaient trop doux pour se battre, et ils appartenaient à Thornton.

Skeet og Nig voru of blíðir til að berjast, og þeir voru Thorntons.

Mais tout chien étranger, aussi fort ou courageux soit-il, cédait.

En hver sá ókunnugi hundur, sama hversu sterkur eða hugrakkur hann var, gafst upp.

Sinon, le chien se retrouvait à lutter contre Buck, à se battre pour sa vie.

Annars endaði hundurinn á því að berjast við Buck; berjast fyrir lífi sínu.

Buck n'a eu aucune pitié une fois qu'il a choisi de se battre contre un autre chien.

Buck sýndi enga miskunn þegar hann valdi að berjast við annan hund.

Il avait bien appris la loi du gourdin et des crocs dans le Nord.

Hann hafði lært vel lögmál kylfu og vígtennta á Norðurlandi.

Il n'a jamais abandonné un avantage et n'a jamais reculé devant la bataille.

Hann lét aldrei af forskoti og bakkaði aldrei úr bardaga.

Il avait étudié les Spitz et les chiens les plus féroces de la poste et de la police.

Hann hafði rannsakað Spitz-hunda og grimmustu póst- og lögregluhunda.

Il savait clairement qu'il n'y avait pas de juste milieu dans un combat sauvage.

Hann vissi greinilega að enginn millivegur væri til í villtum bardögum.

Il doit gouverner ou être gouverné ; faire preuve de miséricorde signifie faire preuve de faiblesse.

Hann verður að stjórna eða láta stjórnast; að sýna miskunn þýddi að sýna veikleika.

La miséricorde était inconnue dans le monde brut et brutal de la survie.

Miskunn var óþekkt í hráum og grimmilegum heimi lifunarinnar.

Faire preuve de miséricorde était perçu comme de la peur, et la peur menait rapidement à la mort.

Að sýna miskunn var litið á sem ótta, og ótti leiddi fljótt til dauða.

L'ancienne loi était simple : tuer ou être tué, manger ou être mangé.

Gamla lögmálið var einfalt: drepa eða verða drepinn, borða eða verða étinn.

Cette loi venait des profondeurs du temps, et Buck la suivait pleinement.

Þessi lögmál kom úr djúpi tímans og Buck fylgdi því til hlítar.

Buck était plus vieux que son âge et que le nombre de respirations qu'il prenait.

Buck var eldri en aldur hans og fjöldi andardrátta sem hann dró.

Il a clairement relié le passé ancien au moment présent.

Hann tengdi fortíðina greinilega við nútímann.

Les rythmes profonds des âges le traversaient comme les marées.

Djúpir taktar aldanna hreyfðust í gegnum hann eins og sjávarföll.

Le temps pulsait dans son sang aussi sûrement que les saisons faisaient bouger la terre.

Tíminn pulsaði í blóði hans eins öruggglega og árstíðirnar færðu jörðina til hreyfingar.

Il était assis près du feu de Thornton, la poitrine forte et les crocs blancs.

Hann sat við eldinn hjá Thornton, með sterkar bringur og hvítar vígtennur.

Sa longue fourrure ondulait, mais derrière lui, les esprits des chiens sauvages observaient.

Langi feldurinn hans veifaði, en fyrir aftan hann fylgdust andar villihunda með.

Des demi-loups et des loups à part entière s'agitaient dans son cœur et dans ses sens.

Hálfur úlfar og heilir úlfar hrærðust í hjarta hans og skilningarvitum.

Ils goûtèrent sa viande et burent la même eau que lui.

Þau smökkuðu kjötið hans og drukku sama vatnið og hann.

Ils reniflaient le vent à ses côtés et écoutaient la forêt.

Þau þefuðu af vindinum við hlið hans og hlustuðu á skógarsuðinn.

Ils murmuraient la signification des sons sauvages dans l'obscurité.

Þau hvísluðu merkingu villihljóðanna í myrkrinu.

Ils façonnaient ses humeurs et guidaient chacune de ses réactions silencieuses.

Þau mótuðu skap hans og stýrðu öllum hans hljóðlátu viðbrögðum.

Ils se sont couchés avec lui pendant son sommeil et sont devenus une partie de ses rêves profonds.

Þau lágu hjá honum á meðan hann svaf og urðu hluti af djúpum draumum hans.

Ils rêvaient avec lui, au-delà de lui, et constituaient son esprit même.

Þau dreymdu með honum, handan hans, og mynduðu sjálfan anda hans.

Les esprits de la nature appelèrent si fort que Buck se sentit attiré.

Andar villidýranna kölluðu svo sterkt að Buck fann til togunar.

Chaque jour, l'humanité et ses revendications s'affaiblissaient dans le cœur de Buck.

Með hverjum deginum veiktist mannkynið og kröfur þess í hjarta Bucks.

Au plus profond de la forêt, un appel étrange et palpitant allait s'élever.

Djúpt inni í skóginum var undarlegt og spennandi kall að heyrast.

Chaque fois qu'il entendait l'appel, Buck ressentait une envie à laquelle il ne pouvait résister.

Í hvert skipti sem Buck heyrði kallið fann hann óstöðvandi löngun.

Il allait se détourner du feu et des sentiers battus des humains.

Hann ætlaði að snúa sér frá eldinum og frá troðnum slóðum manna.

Il allait s'enfoncer dans la forêt, avançant sans savoir pourquoi.

Hann ætlaði að steypa sér inn í skóginn, halda áfram án þess að vita hvers vegna.

Il ne remettait pas en question cette attraction, car l'appel était profond et puissant.

Hann efaðist ekki um þetta aðdráttarafl, því kallið var djúpt og kröftugt.

Souvent, il atteignait l'ombre verte et la terre douce et intacte

Oft náði hann í græna skuggann og mjúka, ósnortna jörðina

Mais ensuite, son amour profond pour John Thornton l'a ramené vers le feu.

En þá dró sterk ást á John Thornton hann aftur að eldinum.

Seul John Thornton tenait véritablement le cœur sauvage de Buck entre ses mains.

Aðeins John Thornton hélt í raun og veru villta hjarta Bucks í faðmi sér.

Le reste de l'humanité n'avait aucune valeur ni signification durable pour Buck.

Restin af mannkyninu hafði ekkert varanlegt gildi eða merkingu fyrir Buck.

Les étrangers pourraient le féliciter ou caresser sa fourrure avec des mains amicales.
Ókunnugir gætu hrósað honum eða strjúkt feldinn hans með vinalegum höndum.

Buck resta impassible et s'éloigna à cause de trop d'affection.
Buck var óhrærður og gekk í burtu vegna of mikillar ástúðar.

Hans et Pete sont arrivés avec le radeau qu'ils attendaient depuis longtemps
Hans og Pétur komu með flekann sem lengi hafði verið beðið eftir

Buck les a ignorés jusqu'à ce qu'il apprenne qu'ils étaient proches de Thornton.
Buck hunsaði þau þar til hann komst að því að þau voru nálægt Thornton.

Après cela, il les a tolérés, mais ne leur a jamais montré toute sa chaleur.
Eftir það þoldi hann þau en sýndi þeim aldrei fulla hlýju.

Il prenait de la nourriture ou des marques de gentillesse de leur part comme s'il leur rendait service.
Hann þáði mat eða góðvild frá þeim eins og hann væri að gera þeim greiða.

Ils étaient comme Thornton : simples, honnêtes et clairs dans leurs pensées.
Þau voru eins og Thornton — einföld, heiðarleg og skýr í hugsun.

Tous ensemble, ils se rendirent à la scierie de Dawson et au grand tourbillon
Öll saman ferðuðust þau til sagverks Dawsons og hins mikla hvirfils.

Au cours de leur voyage, ils ont appris à comprendre profondément la nature de Buck.
Á ferðalagi sínu lærðu þau að skilja eðli Bucks til fulls.

Ils n'ont pas essayé de se rapprocher comme Skeet et Nig l'avaient fait.
Þau reyndu ekki að verða náin eins og Skeet og Nig höfðu gert.

Mais l'amour de Buck pour John Thornton n'a fait que
s'approfondir avec le temps.

En ást Bucks á John Thornton jókst aðeins með tímanum.

Seul Thornton pouvait placer un sac sur le dos de Buck en
été.

Aðeins Thornton gar sett bakpoka á bak Bucks í sumar.

Quoi que Thornton ordonne, Buck était prêt à l'exécuter
pleinement.

Buck var tilbúinn að gera hvað sem Thornton bauð honum að
gera.

Un jour, après avoir quitté Dawson pour les sources du
Tanana,

Dag einn, eftir að þau lögðu af stað frá Dawson og áttu leið að
upptökum Tanana-árinnar,

le groupe était assis sur une falaise qui descendait d'un
mètre jusqu'au substrat rocheux nu.

Hópurinn sat á kletti sem féll þrjá feta niður á beran
berggrunn.

John Thornton était assis près du bord et Buck se reposait à
côté de lui.

John Thornton sat nálægt brúninni og Buck hvíldi sig við hlið
hans.

Thornton eut une pensée soudaine et attira l'attention des
hommes.

Thornton fékk skyndilega hugsun og vakti athygli mannanna.

Il désigna le gouffre et donna un seul ordre à Buck.

Hann benti yfir gjána og gaf Buck eina skipun.

« Saute, Buck ! » dit-il en balançant son bras au-dessus de la
chute.

„Hoppaðu, Buck!" sagði hann og sveiflaði hendinni yfir
dropann.

En un instant, il dut attraper Buck, qui sautait pour obéir.

Á augabragði varð hann að grípa í Buck, sem stökk til að
hlýða.

Hans et Pete se sont précipités en avant et ont ramené les
deux hommes en sécurité.

Hans og Pétur hlupu fram og drógu báða aftur í öruggt skjól.

Une fois que tout fut terminé et qu'ils eurent repris leur souffle, Pete prit la parole.

Eftir að öllu var lokið og þau höfðu náð andanum, tók Pétur til máls.

« L'amour est étrange », dit-il, secoué par la dévotion féroce du chien.

„Ástin er óhugnanleg," sagði hann, skelfdur af brennandi hollustu hundsins.

Thornton secoua la tête et répondit avec un sérieux calme.

Thornton hristi höfuðið og svaraði með rólegri alvöru.

« Non, l'amour est splendide », dit-il, « mais aussi terrible. »

„Nei, ástin er dásamleg," sagði hann, „en líka hræðileg."

« Parfois, je dois l'admettre, ce genre d'amour me fait peur. »

„Stundum verð ég að viðurkenna að þessi tegund ástar gerir mig hræddan."

Pete hocha la tête et dit : « Je détesterais être l'homme qui te touche. »

Pétur kinkaði kolli og sagði: „Mig langar ekki til að vera maðurinn sem snertir þig."

Il regarda Buck pendant qu'il parlait, sérieux et plein de respect.

Hann horfði á Buck meðan hann talaði, alvarlegur og fullur virðingar.

« Py Jingo ! » s'empressa de dire Hans. « Moi non plus, non monsieur. »

„Py Jingo!" sagði Hans fljótt. „Ég heldur ekki, herra minn."

Avant la fin de l'année, les craintes de Pete se sont réalisées à Circle City.

Áður en árið lauk rættist ótti Pete í Circle City.

Un homme cruel nommé Black Burton a provoqué une bagarre dans le bar.

Grimmur maður að nafni Black Burton hóf slagsmál á barnum.

Il était en colère et malveillant, s'en prenant à un nouveau tendre.

Hann var reiður og illgjarn og réðst á nýjan, viðkvæman mann.

John Thornton est intervenu, calme et de bonne humeur comme toujours.

John Thornton kom inn í myndina, rólegur og góðlyndur eins og alltaf.

Buck était allongé dans un coin, la tête baissée, observant Thornton de près.

Buck lá í horni, með höfuðið niðurbeygt, og fylgdist grannt með Thornton.

Burton frappa soudainement, son coup envoyant Thornton tourner.

Burton sló skyndilega til og hnefahöggið hans olli því að Thornton varð órólegur.

Seule la barre du bar l'a empêché de s'écraser violemment au sol.

Aðeins handriðið á stönginni kom í veg fyrir að hann féll harkalega til jarðar.

Les observateurs ont entendu un son qui n'était ni un aboiement ni un cri.

Áhorfendurnir heyrðu hljóð sem var ekki gelt eða æp

un rugissement profond sortit de Buck alors qu'il se lançait vers l'homme.

Djúpt öskur heyrðist frá Buck er hann þaut í átt að manninum.

Burton a levé le bras et a sauvé sa vie de justesse.

Burton kastaði hendinni upp og bjargaði naumlega lífi sínu.

Buck l'a percuté, le faisant tomber à plat sur le sol.

Buck rakst á hann og sló hann flatan á gólfið.

Buck mordit profondément le bras de l'homme, puis se jeta à la gorge.

Buck beit djúpt í handlegg mannsins og réðst síðan á hálsinn.

Burton n'a pu bloquer que partiellement et son cou a été déchiré.

Burton gat aðeins að hluta til varið boltann og hálsinn á honum rifnaði upp.

Des hommes se sont précipités, les bâtons levés, et ont chassé Buck de l'homme ensanglanté.

Menn þustu inn, lyftu kylfunum og ráku Buck af blóðuga manninum.

Un chirurgien est intervenu rapidement pour arrêter l'écoulement du sang.

Skurðlæknir vann hratt að því að stöðva blóðflæðið.

Buck marchait de long en large et grognait, essayant d'attaquer encore et encore.

Buck gekk fram og til baka og urraði, reyndi að ráðast á aftur og aftur.

Seuls les coups de massue l'ont empêché d'atteindre Burton.

Aðeins sveiflukylfur komu í veg fyrir að hann næði Burton.

Une réunion de mineurs a été convoquée et tenue sur place.

Fundur námumanna var boðaður og haldinn á staðnum.

Ils ont convenu que Buck avait été provoqué et ont voté pour le libérer.

Þau voru sammála um að Buck hefði verið ögraður og kusu að láta hann lausan.

Mais le nom féroce de Buck résonnait désormais dans tous les camps d'Alaska.

En heiftarlegt nafn Bucks ómaði nú í öllum búðum Alaska.

Plus tard cet automne-là, Buck sauva à nouveau Thornton d'une nouvelle manière.

Seinna um haustið bjargaði Buck Thornton aftur á nýjan hátt.

Les trois hommes guidaient un long bateau sur des rapides impétueux.

Mennirnir þrír voru að stýra löngum bát niður erfiðar flúðir.

Thornton dirigeait le bateau et donnait des indications pour se rendre sur le rivage.

Thornton stýrði bátnum og kallaði til leiðbeiningar að strandlínunni.

Hans et Pete couraient sur terre, tenant une corde d'arbre en arbre.

Hans og Pétur hlupu á landi og héldu í reipi frá tré til trés.

Buck suivait le rythme sur la rive, surveillant toujours son maître.

Buck hélt hraðann við bakkann og vakti alltaf yfir húsbónda sínum.

À un endroit désagréable, des rochers surplombaient les eaux vives.

Á einum óþægilegum stað stóðu steinar út undan hraða vatninu.

Hans lâcha la corde et Thornton dirigea le bateau vers le large.

Hans sleppti reipinu og Thornton stýrði bátnum breitt.

Hans sprinta pour rattraper le bateau en passant devant les rochers dangereux.

Hans hljóp til að ná bátnum aftur fram hjá hættulegu klettunum.

Le bateau a franchi le rebord mais a heurté une partie plus forte du courant.

Báturinn fór yfir brúnina en rakst á sterkari hluta straumsins.

Hans a attrapé la corde trop vite et a déséquilibré le bateau.

Hans greip of hratt í reipið og dró bátinn úr jafnvægi.

Le bateau s'est retourné et a heurté la berge, cul en l'air.

Báturinn hvolfdi og skall á bakkanum, með botninn upp.

Thornton a été jeté dehors et emporté dans la partie la plus sauvage de l'eau.

Thornton var kastað út og sópað út í villtasta hluta vatnsins.

Aucun nageur n'aurait pu survivre dans ces eaux mortelles et tumultueuses.

Enginn sundmaður hefði getað lifað af í þessu banvæna, kapphlaupandi vatni.

Buck sauta instantanément et poursuivit son maître sur la rivière.

Buck stökk þegar í stað inn og elti húsbónda sinn niður ána.

Après trois cents mètres, il atteignit enfin Thornton.

Eftir þrjú hundruð metra kom hann loksins til Thornton.

Thornton attrapa la queue de Buck, et Buck se tourna vers le rivage.

Thornton greip í hala Bucks og Buck sneri sér að ströndinni.

Il nageait de toutes ses forces, luttant contre la force de l'eau.

Hann synti af fullum krafti og barðist við villta dragið í vatninu.

Ils se déplaçaient en aval plus vite qu'ils ne pouvaient atteindre le rivage.

Þau færðust hraðar niður á við en þau náðu að ströndinni.

Plus loin, la rivière rugissait plus fort alors qu'elle tombait dans des rapides mortels.

Framundan öskraði áin háværara er hún féll í banvænar flúðir.

Les rochers fendaient l'eau comme les dents d'un énorme peigne.

Klettar skáru sig í gegnum vatnið eins og tennur á risastórum kambi.

L'attraction de l'eau près de la chute était sauvage et inévitable.

Vatnstogið nálægt dropanum var grimmilegt og óhjákvæmilegt.

Thornton savait qu'ils ne pourraient jamais atteindre le rivage à temps.

Thornton vissi að þeir gætu aldrei náð ströndinni í tæka tíð.

Il a gratté un rocher, s'est écrasé sur un deuxième,

Hann skrapaði yfir einn stein, braut yfir annan,

Et puis il s'est écrasé contre un troisième rocher, l'attrapant à deux mains.

Og svo rakst hann á þriðja steininn og greip hann með báðum höndum.

Il lâcha Buck et cria par-dessus le rugissement : « Vas-y, Buck ! Vas-y ! »

Hann sleppti Buck og hrópaði yfir öskurunum: „Farðu, Buck! Farðu!"

Buck n'a pas pu rester à flot et a été emporté par le courant.

Buck gat ekki haldið sér á floti og straumurinn rak hann niður.

Il s'est battu avec acharnement, s'efforçant de se retourner, mais n'a fait aucun progrès.

Hann barðist hart, reyndi að snúa við en náði engum árangri.

Puis il entendit Thornton répéter l'ordre par-dessus le rugissement de la rivière.

Þá heyrði hann Thornton endurtaka skipunina yfir dynknum í fljótinu.

Buck sortit de l'eau et leva la tête comme pour un dernier regard.

Buck reis upp úr vatninu og lyfti höfðinu eins og til að líta í síðasta sinn.

puis il se retourna et obéit, nageant vers la rive avec résolution.

sneri sér síðan við og hlýddi, synti ákveðinn í átt að bakkanum.

Pete et Hans l'ont tiré à terre au dernier moment possible.

Pétur og Hans drógu hann í land á síðustu mögulegu stundu.

Ils savaient que Thornton ne pourrait s'accrocher au rocher que quelques minutes de plus.

Þau vissu að Thornton gæti aðeins haldið fast við klettinn í nokkrar mínútur í viðbót.

Ils coururent sur la berge jusqu'à un endroit bien au-dessus de l'endroit où il était suspendu.

Þau hlupu upp bakkann að stað langt fyrir ofan þar sem hann hékk.

Ils ont soigneusement attaché la ligne du bateau au cou et aux épaules de Buck.

Þau bundu bátstöngina vandlega við háls og axlir Bucks.

La corde était serrée mais suffisamment lâche pour permettre la respiration et le mouvement.

Reipið var þétt en nógu laust til að anda og hreyfa sig.

Puis ils le jetèrent à nouveau dans la rivière tumultueuse et mortelle.

Þá köstuðu þeir honum aftur út í straumandi, banvæna ána.

Buck nageait avec audace mais manquait son angle face à la force du courant.

Buck synti djarflega en missti af stefnu sinni inn í kraft straumsins.

Il a vu trop tard qu'il allait dépasser Thornton.

Hann sá of seint að hann myndi reka fram hjá Thornton.

Hans tira fort sur la corde, comme si Buck était un bateau en train de chavirer.

Hans kippti í reipið eins og Buck væri að hvolfa bát.

Le courant l'a entraîné vers le fond et il a disparu sous la surface.

Straumurinn dró hann undir yfirborðið og hann hvarf.

Son corps a heurté la berge avant que Hans et Pete ne le sortent.

Lík hans rakst á bankann áður en Hans og Pétur drógu hann upp.

Il était à moitié noyé et ils l'ont chassé de l'eau.

Hann var hálfdrukknaður og þeir börðu vatnið úr honum.

Buck se leva, tituba et s'effondra à nouveau sur le sol.

Buck stóð upp, staulaðist og hrundi aftur til jarðar.

Puis ils entendirent la voix de Thornton faiblement portée par le vent.

Þá heyrðu þau rödd Thorntons, dauflega borin af vindinum.

Même si les mots n'étaient pas clairs, ils savaient qu'il était proche de la mort.

Þótt orðin væru óljós vissu þau að hann var nærri dauðanum.

Le son de la voix de Thornton frappa Buck comme une décharge électrique.

Rödd Thorntons lenti í Buck eins og rafmagnsskot.

Il sauta et courut sur la berge, retournant au point de lancement.

Hann stökk upp og hljóp upp bakkann og aftur að uppsetningarstaðnum.

Ils attachèrent à nouveau la corde à Buck, et il entra à nouveau dans le ruisseau.

Aftur bundu þeir reipið við Buck, og aftur fór hann ofan í lækinn.

Cette fois, il nagea directement et fermement dans l'eau tumultueuse.

Að þessu sinni synti hann beint og ákveðið út í straumvatnið.

Hans laissa sortir la corde régulièrement tandis que Pete l'empêchait de s'emmêler.

Hans sleppti reipinu jafnt og þétt á meðan Pétur varði það frá því að flækjast.

Buck a nagé avec acharnement jusqu'à ce qu'il soit aligné juste au-dessus de Thornton.

Buck synti af krafti þar til hann var kominn í rað rétt fyrir ofan Thornton.

Puis il s'est retourné et a foncé comme un train à toute vitesse.

Svo sneri hann sér við og þaut niður eins og lest á fullum hraða.

Thornton le vit arriver, se redressa et entoura son cou de ses bras.

Thornton sá hann koma, búinn að sér og faðmaði hann að sér.

Hans a attaché la corde fermement autour d'un arbre alors qu'ils étaient tous les deux entraînés sous l'eau.

Hans batt reipið fast utan um tré þegar báðir voru dregnir undir.

Ils ont dégringolé sous l'eau, s'écrasant contre des rochers et des débris de la rivière.

Þau hrundu undir yfirborðið og skullu á steinum og rusli úr ánni.

Un instant, Buck était au sommet, l'instant d'après, Thornton se levait en haletant.

Eina stundina var Buck ofan á, þá næstu reis Thornton andstuttur.

Battus et étouffés, ils se dirigèrent vers la rive et la sécurité.

Barin og köfnuð beygðu þau að bakkanum og í öruggt skjól.

Thornton a repris connaissance, allongé sur un tronc d'arbre.

Thornton komst til meðvitundar aftur, liggjandi yfir rekstokki.

Hans et Pete ont travaillé dur pour lui redonner souffle et vie.

Hans og Pétur lögðu hart að sér til að hann fengi aftur andann og lífið.

Sa première pensée fut pour Buck, qui gisait immobile et mou.

Fyrsta hugsun hans var til Bucks, sem lá hreyfingarlaus og slappur.

Nig hurla sur le corps de Buck et Skeet lui lécha doucement le visage.

Nig öskraði yfir líkama Bucks og Skeet sleikti andlit hans blíðlega.

Thornton, endolori et meurtri, examina Buck avec des mains prudentes.

Thornton, aumur og marinn, skoðaði Buck varlega með höndunum.

Il a trouvé trois côtes cassées, mais aucune blessure mortelle chez le chien.

Hann fann þrjú brotin rifbein en engin banvæn sár á hundinum.

« C'est réglé », dit Thornton. « On campe ici. » Et c'est ce qu'ils firent.

„Það er málið," sagði Thornton. „Við tjöldum hér." Og það gerðu þau.

Ils sont restés jusqu'à ce que les côtes de Buck soient guéries et qu'il puisse à nouveau marcher.

Þau dvöldu þar til rifbein Bucks voru gróin og hann gat gengið aftur.

Cet hiver-là, Buck accomplit un exploit qui augmenta encore sa renommée.

Þann vetur vann Buck afrek sem jók frægð hans enn frekar.

C'était moins héroïque que de sauver Thornton, mais tout aussi impressionnant.

Það var minna hetjulegt en að bjarga Thornton, en alveg jafn áhrifamikið.

À Dawson, les partenaires avaient besoin de provisions pour un long voyage.

Í Dawson þurftu félagarnir vistir fyrir langferð.

Ils voulaient voyager vers l'Est, dans des terres sauvages et intactes.

Þau vildu ferðast austur, inn í ósnortnar óbyggðir.

L'acte de Buck dans l'Eldorado Saloon a rendu ce voyage possible.

Verknaður Bucks í Eldorado Saloon gerði þá ferð mögulega.

Tout a commencé avec des hommes qui se vantaient de leurs chiens en buvant un verre.

Þetta byrjaði með því að menn stærðu sig af hundunum sínum yfir drykkjum.

La renommée de Buck a fait de lui la cible de défis et de doutes.

Frægð Bucks gerði hann að skotspónni áskorana og efasemda.

Thornton, fier et calme, resta ferme dans la défense du nom de Buck.

Thornton, stoltur og rólegur, stóð staðfastur í að varða nafn Bucks.

Un homme a déclaré que son chien pouvait facilement tirer deux cents kilos.

Einn maður sagði að hundurinn hans gæti dregið fimm hundruð pund með auðveldum hætti.

Un autre a dit six cents, et un troisième s'est vanté d'en avoir sept cents.

Annar sagði sex hundruð og sá þriðji stærði sig af sjö hundruð.

« Pfft ! » dit John Thornton, « Buck peut tirer un traîneau de mille livres. »

„Pfft!" sagði John Thornton, „Buck getur dregið þúsund punda sleða."

Matthewson, un roi de Bonanza, s'est penché en avant et l'a défié.

Matthewson, Bonanza-konungur, hallaði sér fram og ögraði honum.

« Tu penses qu'il peut mettre autant de poids en mouvement ? »

„Heldurðu að hann geti sett svona mikla þyngd í hreyfingu?"

« Et tu penses qu'il peut tirer le poids sur une centaine de mètres ? »

„Og þú heldur að hann geti dregið þungann heil hundrað metra?"

Thornton répondit froidement : « Oui. Buck est assez doué pour le faire. »

Thornton svaraði rólega: „Já. Buck er nógu hundfús til að gera það."

« Il mettra mille livres en mouvement et le tirera sur une centaine de mètres. »

„Hann setur þúsund pund í gang og dregur það hundrað metra."

Matthewson sourit lentement et s'assura que tous les hommes entendaient ses paroles.

Matthewson brosti hægt og gætti þess að allir menn heyrðu orð hans.

« J'ai mille dollars qui disent qu'il ne peut pas. Le voilà. »

„Ég er með þúsund dollara sem segja að hann geti það ekki. Þarna eru þeir."

Il a claqué un sac de poussière d'or de la taille d'une saucisse sur le bar.

Hann skellti poka af gulldufti á stærð við pylsu á barnum.

Personne ne dit un mot. Le silence devint pesant et tendu autour d'eux.

Enginn sagði orð. Þögnin varð þung og spennt í kringum þau.

Le bluff de Thornton – s'il en était un – avait été pris au sérieux.

Blekking Thorntons – ef hún var einföld – hafði verið tekin alvarlega.

Il sentit la chaleur monter sur son visage tandis que le sang affluait sur ses joues.

Hann fann hita stíga upp í andlitið á meðan blóð streymdi upp í kinnarnar á honum.

Sa langue avait pris le pas sur sa raison à ce moment-là.

Tungan hans hafði farið á undan skynseminni á þeirri stundu.

Il ne savait vraiment pas si Buck pouvait déplacer mille livres.

Hann vissi í raun og veru ekki hvort Buck gæti fært þúsund pund.

Une demi-tonne ! Rien que sa taille lui pesait le cœur.

Hálft tonn! Bara stærðin gerði hann þungan um hjartaræturnar.

Il avait foi en la force de Buck et le pensait capable.

Hann hafði trú á styrk Bucks og taldi hann hæfan til þess.

Mais il n'avait jamais été confronté à ce genre de défi, pas comme celui-ci.

En hann hafði aldrei staðið frammi fyrir þessari áskorun, ekki svona.

Une douzaine d'hommes l'observaient tranquillement, attendant de voir ce qu'il allait faire.

Tólf menn horfðu þöglir á hann og biðu spenntir eftir að sjá hvað hann myndi gera.

Il n'avait pas d'argent, ni Hans ni Pete.

Hann hafði ekki peningana — hvorki Hans né Pétur.

« J'ai un traîneau dehors », dit Matthewson froidement et directement.

„Ég er með sleða út.," sagði Matthewson kalt og beint út.

« Il est chargé de vingt sacs de cinquante livres chacun, tous de farine.

„Það er hlaðið tuttugu sekkjum, fimmtíu punda hver, allt úr hveiti."

« Alors ne laissez pas un traîneau manquant devenir votre excuse maintenant », a-t-il ajouté.

„Látið því ekki týndan sleða vera afsökun ykkar núna," bætti hann við.

Thornton resta silencieux. Il ne savait pas quels mots lui dire.

Thornton stóð þögull. Hann vissi ekki hvaða orð hann ætti að segja.

Il regarda les visages autour de lui sans les voir clairement.

Hann leit í kringum sig á andlitin án þess að sjá þau greinilega.

Il ressemblait à un homme figé dans ses pensées, essayant de redémarrer.

Hann leit út eins og maður fastur í hugsunum sínum, að reyna að byrja upp á nýtt.

Puis il a vu Jim O'Brien, un ami de l'époque Mastodon.

Þá sá hann Jim O'Brien, vin frá Mastodon-tímanum.

Ce visage familier lui a donné un courage qu'il ne savait pas avoir.

Þetta kunnuglega andlit gaf honum hugrekki sem hann vissi ekki að hann hafði.

Il se tourna et demanda à voix basse : « Peux-tu me prêter mille ? »

Hann sneri sér við og spurði lágt: „Geturðu lánað mér þúsund?"

« Bien sûr », dit O'Brien, laissant déjà tomber un lourd sac près de l'or.

„Jú," sagði O'Brien og sleppti þungum poka þegar hann var kominn með gullið.

« Mais honnêtement, John, je ne crois pas que la bête puisse faire ça. »

„En satt að segja, John, trúi ég ekki að skepnan geti gert þetta."

Tout le monde dans le Saloon Eldorado s'est précipité dehors pour voir l'événement.

Allir í Eldorado Saloon þustu út til að sjá viðburðinn.

Ils ont laissé les tables et les boissons, et même les jeux ont été interrompus.

Þau skildu eftir borð og drykki og jafnvel leikjunum var hætt.

Les croupiers et les joueurs sont venus assister à la fin de ce pari audacieux.

Gjafarar og fjárhættuspilarar komu til að vera vitni að lokum hins djarfa veðmáls.

Des centaines de personnes se sont rassemblées autour du traîneau dans la rue glacée.

Hundruð söfnuðust saman umhverfis sleðann á ísilögðu götunni.

Le traîneau de Matthewson était chargé d'une charge complète de sacs de farine.

Sleði Matthewsons stóð þar fullur af hveitisekkjum.

Le traîneau était resté immobile pendant des heures à des températures négatives.

Sleðinn hafði legið í klukkutíma í frosthörkum.

Les patins du traîneau étaient gelés et collés à la neige tassée.

Leiðarar sleðans voru frosnir fastir við þjappaðan snjóinn.

Les hommes ont offert une cote de deux contre un que Buck ne pourrait pas déplacer le traîneau.

Mennirnir buðu upp á tvær líkur á að Buck gæti ekki hreyft sleðann.

Une dispute a éclaté sur ce que signifiait réellement « sortir ».

Deilur brutust út um hvað „brott út" í raun þýddi.

O'Brien a déclaré que Thornton devrait desserrer la base gelée du traîneau.

O'Brien sagði að Thornton ætti að losa frosið botn sleðans.

Buck pourrait alors « sortir » d'un départ solide et immobile.

Buck gæti þá „brotist út" eftir traustan, hreyfingarlausan upphaf.

Matthewson a soutenu que le chien devait également libérer les coureurs.

Matthewson hélt því fram að hundurinn yrði líka að losa hlauparana.

Les hommes qui avaient entendu le pari étaient d'accord avec le point de vue de Matthewson.

Mennirnir, sem höfðu heyrt veðmálið, voru sammála skoðun Matthewsons.

Avec cette décision, les chances sont passées à trois contre un contre Buck.

Með þeirri úrskurði jukust líkurnar á sigri Bucks í þrjá á móti einum.

Personne ne s'est manifesté pour prendre en compte les chances croissantes de trois contre un.

Enginn steig fram til að taka á sig vaxandi þrefalda líkurnar.

Pas un seul homme ne croyait que Buck pouvait accomplir un tel exploit.

Enginn maður trúði því að Buck gæti framkvæmt þetta mikla afrek.

Thornton s'était précipité dans le pari, lourd de doutes.

Thornton hafði verið hraðað inn í veðmálið, þungur af efasemdum.

Il regarda alors le traîneau et l'attelage de dix chiens à côté.

Nú horfði hann á sleðann og tíu hunda liðið við hliðina á honum.

En voyant la réalité de la tâche, elle semblait encore plus impossible.

Að sjá raunveruleikann í verkefninu gerði það ómögulegra að sjá það.

Matthewson était plein de fierté et de confiance à ce moment-là.

Matthewson var fullur stolts og sjálfstrausts á þeirri stundu.

« Trois contre un ! » cria-t-il. « Je parie mille de plus, Thornton !

„Þrír á móti einum!" hrópaði hann. „Ég veðja þúsund í viðbót, Thornton!"

« Que dites-vous ? » ajouta-t-il, assez fort pour que tout le monde l'entende.

„Hvað segirðu?" bætti hann við, nógu hátt til að allir heyrðu.

Le visage de Thornton exprimait ses doutes, mais son esprit s'était élevé.

Efasemdir bárust í andliti Thorntons, en andi hans hafði risið.

Cet esprit combatif ignorait les probabilités et ne craignait rien du tout.

Þessi baráttuandi hunsaði erfiðleika og óttaðist ekkert.

Il a appelé Hans et Pete pour apporter tout leur argent sur la table.

Hann hringdi í Hans og Pétur til að koma með allan peninginn sinn á borðið.

Il ne leur restait plus grand-chose : seulement deux cents dollars au total.

Þau áttu lítið eftir — aðeins tvö hundruð dollara samanlagt.

Cette petite somme représentait toute leur fortune pendant les temps difficiles.

Þessi litla upphæð var heildarauður þeirra á erfiðum tímum.

Pourtant, ils ont misé toute leur fortune contre le pari de Matthewson.

Samt lögðu þeir allan auðinn á móti veðmáli Matthewsons.

L'attelage de dix chiens a été dételé et éloigné du traîneau.

Tíu hunda liðið var losað og færði sig frá sleðanum.

Buck a été placé dans les rênes, portant son harnais familier.

Buck var settur í taumana, klæddur í kunnuglegt beisli sitt.

Il avait capté l'énergie de la foule et ressenti la tension.

Hann hafði náð tökum á orku mannfjöldans og fundið fyrir spennunni.

D'une manière ou d'une autre, il savait qu'il devait faire quelque chose pour John Thornton.

Einhvern veginn vissi hann að hann þurfti að gera eitthvað fyrir John Thornton.

Les gens murmuraient avec admiration devant la fière silhouette du chien.

Fólk möglaði af aðdáun yfir stoltri mynd hundsins.

Il était mince et fort, sans une seule once de chair supplémentaire.

Hann var grannur og sterkur, án nokkurs auka gramms af holdi.

Son poids total de cent cinquante livres n'était que puissance et endurance.

Öll þyngd hans, hundrað og fimmtíu pund, var öll kraftur og þol.

Le pelage de Buck brillait comme de la soie, épais de santé et de force.

Feldur Bucks glitraði eins og silki, þykkur af heilsu og styrk.

La fourrure le long de son cou et de ses épaules semblait se soulever et se hérisser.

Feldurinn meðfram hálsi hans og öxlum virtist lyftast og fá burst.

Sa crinière bougeait légèrement, chaque cheveu vivant de sa grande énergie.

Fax hans hreyfðist lítillega, hvert hár lifandi af mikilli orku hans.

Sa large poitrine et ses jambes fortes correspondaient à sa silhouette lourde et robuste.

Breið bringa hans og sterkir fætur pössuðu við þungan og harðan líkama hans.

Des muscles ondulaient sous son manteau, tendus et fermes comme du fer lié.

Vöðvar ölduðust undir frakka hans, stífir og fastir eins og bundið járn.

Les hommes le touchaient et juraient qu'il était bâti comme une machine en acier.

Menn snertu hann og sóru við því að hann væri byggður eins og stálvél.

Les chances ont légèrement baissé à deux contre un contre le grand chien.

Líkurnar lækkuðu lítillega, niður í tvo á móti einum gegn þessum frábæra hundi.

Un homme des bancs de Skookum s'avança en bégayant.

Maður frá Skookum-bekkjunum ýtti sér áfram, stamandi.

« Bien, monsieur ! J'offre huit cents pour lui – avant l'examen, monsieur ! »

„Gott, herra! Ég býð átta hundruð fyrir hann — fyrir prófið, herra!"

« Huit cents, tel qu'il est en ce moment ! » insista l'homme.

„Átta hundruð, eins og hann stendur núna!" hélt maðurinn áfram.

Thornton s'avança, sourit et secoua calmement la tête.

Thornton steig fram, brosti og hristi höfuðið rólega.

Matthewson est rapidement intervenu avec une voix d'avertissement et un froncement de sourcils.

Matthewson steig fljótt inn með viðvörunarrödd og gretti sig.

« Éloignez-vous de lui », dit-il. « Laissez-lui de l'espace. »

„Þú verður að stíga frá honum," sagði hann. „Gefðu honum svigrúm."

La foule se tut ; seuls les joueurs continuaient à miser deux contre un.

Mannfjöldinn þagnaði; aðeins spilamenn buðu enn upp á tvo á móti einum.

Tout le monde admirait la carrure de Buck, mais la charge semblait trop lourde.

Allir dáðust að líkamsbyggingu Bucks, en byrðin virtist of þung.

Vingt sacs de farine, pesant chacun cinquante livres, semblaient beaucoup trop.

Tuttugu sekkir af hveiti – hver um sig fimmtíu pund að þyngd – virtust alltof mikið.

Personne n'était prêt à ouvrir sa bourse et à risquer son argent.

Enginn var tilbúinn að opna pokann sinn og hætta peningunum sínum.

Thornton s'agenouilla à côté de Buck et prit sa tête à deux mains.

Thornton kraup við hlið Bucks og tók um höfuð hans með báðum höndum.

Il pressa sa joue contre celle de Buck et lui parla à l'oreille.

Hann þrýsti kinn sinni að kinn Bucks og talaði í eyrað á honum.

Il n'y avait plus de secousses enjouées ni d'insultes affectueuses murmurées.

Nú var enginn leikur um hristing eða hvíslaðar ástúðlegar móðganir.

Il murmura simplement doucement : « Autant que tu m'aimes, Buck. »

Hann muldraði aðeins lágt: „Þó að þú elskar mig, Buck."

Buck émit un gémissement silencieux, son impatience à peine contenue.

Buck kveinaði lágt, akafi hans varla hemill.

Les spectateurs observaient avec curiosité la tension qui emplissait l'air.

Áhorfendurnir horfðu forvitnir á meðan spenna fyllti loftið.

Le moment semblait presque irréel, comme quelque chose qui dépassait la raison.

Augnablikið fannst mér næstum óraunverulegt, eins og eitthvað sem var handan skynsamlegt.

Lorsque Thornton se leva, Buck prit doucement sa main dans ses mâchoires.

Þegar Thornton stóð upp tók Buck varlega hönd hans í kjálkana.

Il appuya avec ses dents, puis relâcha lentement et doucement.

Hann þrýsti niður með tönnunum og sleppti svo hægt og varlega.

C'était une réponse silencieuse d'amour, non prononcée, mais comprise.

Þetta var þögul kærleikssvar, ekki talað, heldur skilið.

Thornton s'éloigna du chien et donna le signal.

Thornton færði sig langt frá hundinum og gaf merki.

« Maintenant, Buck », dit-il, et Buck répondit avec un calme concentré.

„Nú, Buck," sagði hann og Buck svaraði með einbeittri ró.

Buck a resserré les traces, puis les a desserrées de quelques centimètres.

Buck herti teinurnar og losaði þær síðan um nokkra sentimetra.

C'était la méthode qu'il avait apprise ; sa façon de briser le traîneau.

Þetta var aðferðin sem hann hafði lært; hans leið til að brjóta sleðann.

« Tiens ! » cria Thornton, sa voix aiguë dans le silence pesant.

„Vá!" hrópaði Thornton, röddin skörp í þögninni.

Buck se tourna vers la droite et se jeta de tout son poids.

Buck sneri sér til hægri og stökk fram af öllum sínum þunga.

Le mou disparut et toute la masse de Buck heurta les lignes serrées.

Slakinn hvarf og allur massi Bucks lenti á þröngu slóðunum.

Le traîneau tremblait et les patins émettaient un bruit de crépitement.

Sleðinn skalf og hlaupararnir gáfu frá sér skörp sprunguhljóð.

« Haw ! » ordonna Thornton, changeant à nouveau la direction de Buck.

„Ha!" skipaði Thornton og breytti stefnu Bucks aftur.

Buck répéta le mouvement, cette fois en tirant brusquement vers la gauche.

Buck endurtók hreyfinguna, að þessu sinni togaði hann skarpt til vinstri.

Le traîneau craquait plus fort, les patins claquaient et se déplaçaient.

Sleðinn brakaði hærra, hlaupin smellu og færðust til.

La lourde charge glissait légèrement latéralement sur la neige gelée.

Þunga farminn rann örlítið til hliðar yfir frosna snjóinn.

Le traîneau s'était libéré de l'emprise du sentier glacé !

Sleðinn hafði losnað úr taki ísþöktu slóðarinnar!

Les hommes retenaient leur souffle, ignorant qu'ils ne respiraient même pas.

Mennirnir héldu niðri í sér andanum, án þess að vita að þeir væru ekki einu sinni að anda.

« Maintenant, TIREZ ! » cria Thornton à travers le silence glacial.

„Nú, TOGIÐ!" hrópaði Thornton yfir frosnu þögnina.

L'ordre de Thornton résonna fort, comme le claquement d'un fouet.

Skipun Thorntons ómaði skarpt, eins og svipuhögg.

Buck se jeta en avant avec un mouvement violent et saccadé.

Buck kastaði sér fram með hörkulegu og skelfilegu fráfalli.

Tout son corps se tendit et se contracta sous l'énorme tension.

Allur líkami hans spenntist og krampaðist vegna þessa mikla álags.

Des muscles ondulaient sous sa fourrure comme des serpents prenant vie.

Vöðvar ölduðust undir feldinum hans eins og höggormar sem lifnuðu við.

Sa large poitrine était basse, la tête tendue vers l'avant en direction du traîneau.

Stóri bringan hans var lág, höfuðið teygt fram í átt að sleðanum.

Ses pattes bougeaient comme l'éclair, ses griffes tranchant le sol gelé.

Löppurnar hans hreyfðust eins og elding, klærnar skáru frosna jörðina.

Des rainures ont été creusées profondément alors qu'il luttait pour chaque centimètre de traction.

Djúpar rásir voru höggnar í baráttunni um hvern einasta sentimetra af gripi.

Le traîneau se balança, trembla et commença un mouvement lent et agité.

Sleðinn vaggaði, skalf og hóf hæga, órólega hreyfingu.

Un pied a glissé et un homme dans la foule a gémi à haute voix.

Annar fóturinn rann til og maður í mannfjöldanum kveinkaði upphátt.

Puis le traîneau s'élança en avant dans un mouvement saccadé et brusque.

Þá kipptist sleðinn áfram með kippandi, hrjúfri hreyfingu.

Cela ne s'est pas arrêté à nouveau - un demi-pouce... un pouce... deux pouces de plus.

Það stoppaði ekki aftur — hálfur tomma ... tomma ... tveir tommur í viðbót.

Les secousses devinrent plus faibles à mesure que le traîneau commençait à prendre de la vitesse.

Kippirnir urðu minni eftir því sem sleðinn fór að auka hraða.

Bientôt, Buck tirait avec une puissance douce et régulière.

Fljótlega fór Buck að toga með mjúkum, jöfnum, rúllandi krafti.

Les hommes haletèrent et finirent par se rappeler de respirer à nouveau.

Mennirnir drógu andann djúpt og mundu loksins eftir að anda aftur.

Ils n'avaient pas remarqué que leur souffle s'était arrêté de stupeur.

Þau höfðu ekki tekið eftir því að andardráttur þeirra hafði stöðvast í lotningu.

Thornton courait derrière, lançant des ordres courts et joyeux.

Thornton hljóp á eftir og kallaði stuttar, kátar skipanir.

Devant nous se trouvait une pile de bois de chauffage qui marquait la distance.

Framundan var stafli af eldiviði sem markaði fjarlægðina.

Alors que Buck s'approchait du tas, les acclamations devenaient de plus en plus fortes.

Þegar Buck nálgaðist hrúguna urðu fagnaðarópin háværari og háværari.

Les acclamations se sont transformées en rugissement lorsque Buck a dépassé le point d'arrivée.

Fagnaðarlætin urðu að dynk þegar Buck fór fram hjá endapunktinum.

Les hommes ont sauté et crié, même Matthewson a esquissé un sourire.

Menn stukku og hrópuðu, jafnvel Matthewson brosti.

Les chapeaux volaient dans les airs, les mitaines étaient lancées sans réfléchir ni viser.

Hattar flugu upp í loftið, vettlingar voru kastaðir án umhugsunar eða markmiðs.

Les hommes se sont attrapés et se sont serré la main sans savoir à qui.

Mennirnir gripu hvor annan og tóku í hendur án þess að vita hverjir.

Toute la foule bourdonnait d'une célébration folle et joyeuse.

Allur mannfjöldinn söng í villtri, gleðilegri fagnaðarlæti.

Thornton tomba à genoux à côté de Buck, les mains tremblantes.

Thornton féll á kné við hlið Bucks með skjálfandi höndum.

Il pressa sa tête contre celle de Buck et le secoua doucement d'avant en arrière.

Hann þrýsti höfði sínu að höfði Bucks og hristi hann varlega fram og til baka.

Ceux qui s'approchaient l'entendaient maudire le chien avec un amour silencieux.

Þeir sem nálguðust heyrðu hann formæla hundinum með kyrrlátri ást.

Il a insulté Buck pendant un long moment, doucement, chaleureusement, avec émotion.

Hann bölvaði Buck lengi — mjúklega, hlýlega og tilfinningaþrunginn.

« Bien, monsieur ! Bien, monsieur ! » s'écria précipitamment le roi du Banc Skookum.

„Gott, herra! Gott, herra!" hrópaði Skookum-bekkjarkonungurinn í flýti.

« Je vous donne mille, non, douze cents, pour ce chien, monsieur ! »

„Ég gef þér þúsund – nei, tólf hundruð – fyrir þennan hund, herra!"

Thornton se leva lentement, les yeux brillants d'émotion.
Thornton reis hægt á fætur, augun hans ljómuðu af
tilfinningu.
**Les larmes coulaient ouvertement sur ses joues sans aucune
honte.**
Tárin runnu opinskátt niður kinnar hans án nokkurrar
skammar.
« Monsieur », dit-il au roi du banc Skookum, ferme et posé.
„Herra," sagði hann við konunginn á Skookum-bekknum,
stöðugur og ákveðinn.
**« Non, monsieur. Allez au diable, monsieur. C'est ma
réponse définitive. »**
„Nei, herra. Þér getið farið til helvítis, herra. Þetta er mitt
síðasta svar."
**Buck attrapa doucement la main de Thornton dans ses
mâchoires puissantes.**
Buck greip varlega í hönd Thorntons með sterkum kjálkum
sínum.
**Thornton le secoua de manière enjouée, leur lien étant plus
profond que jamais.**
Thornton hristi hann í léttúð, tengsl þeirra voru djúp eins og
alltaf.
La foule, émue par l'instant, recula en silence.
Mannfjöldinn, hrærður af augnablikinu, steig þegjandi til
baka.
**Dès lors, personne n'osa interrompre cette affection si
sacrée.**
Þaðan í frá þorði enginn að trufla slíka helga ástúð.

Le son de l'appel
Hljóð kallsins

Buck avait gagné seize cents dollars en cinq minutes.
Buck hafði grætt sextán hundruð dollara á fimm mínútum.
Cet argent a permis à John Thornton de payer une partie de ses dettes.
Peningarnir gerðu John Thornton kleift að greiða niður hluta af skuldum sínum.
Avec le reste de l'argent, il se dirigea vers l'Est avec ses partenaires.
Með afganginn af peningunum hélt hann austur með félögum sínum.
Ils cherchaient une mine perdue légendaire, aussi vieille que le pays lui-même.
Þeir leituðu að goðsagnakenndri týndri námum, jafngamalli landinu sjálfu.
Beaucoup d'hommes avaient cherché la mine, mais peu l'avaient trouvée.
Margir menn höfðu leitað að námunni en fáir fundu hana.
Plus d'un homme avait disparu au cours de cette quête dangereuse.
Fleiri en nokkrir menn höfðu horfið á meðan á hættulegri leit stóð.
Cette mine perdue était enveloppée à la fois de mystère et d'une vieille tragédie.
Þessi týnda náma var bæði vafin leyndardómum og gamalli harmleik.
Personne ne savait qui avait été le premier homme à découvrir la mine.
Enginn vissi hver hafði verið fyrstur til að finna námuna.
Les histoires les plus anciennes ne mentionnent personne par son nom.
Í elstu sögunum er enginn nefndur á nafn.
Il y avait toujours eu là une vieille cabane délabrée.
Þar hafði alltaf verið gamalt, hrörlegt kofi.

Des hommes mourants avaient juré qu'il y avait une mine à côté de cette vieille cabane.
Deyjandi menn höfðu svarið að það væri náma við hliðina á þessari gömlu kofa.

Ils ont prouvé leurs histoires avec de l'or comme on n'en trouve nulle part ailleurs.
Þeir sönnuðu sögur sínar með gulli sem ekkert finnst annars staðar.

Aucune âme vivante n'avait jamais pillé le trésor de cet endroit.
Engin lifandi sál hafði nokkurn tímann rænt fjársjóðnum þaðan.

Les morts étaient morts, et les morts ne racontent pas d'histoires.
Hinir dánu voru dauðir, og dauðir menn segja engar sögur.

Thornton et ses amis se dirigèrent donc vers l'Est.
Svo héldu Thornton og vinir hans austur á bóginn.

Pete et Hans se sont joints à eux, amenant Buck et six chiens forts.
Pétur og Hans slógu í för, ásamt Buck og sex sterkum hundum.

Ils se sont lancés sur un chemin inconnu là où d'autres avaient échoué.
Þau lögðu af stað óþekkta slóð þar sem öðrum hafði mistekist.

Ils ont parcouru soixante-dix milles en traîneau sur le fleuve Yukon gelé.
Þau óku sjötíu mílur upp frosna Yukon-fljótið.

Ils tournèrent à gauche et suivirent le sentier jusqu'au Stewart.
Þau beygðu til vinstri og fylgdu slóðinni inn í Stewart-ána.

Ils passèrent le Mayo et le McQuestion, poursuivant leur route.
Þau héldu fram hjá Mayo og McQuestion og héldu lengra áfram.

Le Stewart s'est rétréci en un ruisseau, traversant des pics déchiquetés.
Stewart-áin minnkaði í læk, sem lá eftir hvössum tindum.

Ces pics acérés marquaient l'épine dorsale même du continent.

Þessir hvassu tindar markaði sjálfan hrygg álfunnar.

John Thornton exigeait peu des hommes ou de la nature sauvage.

John Thornton krafðist lítils af mönnum eða óbyggðum.

Il ne craignait rien dans la nature et affrontait la nature sauvage avec aisance.

Hann óttaðist ekkert í náttúrunni og tókst á við óbyggðirnar af léttleika.

Avec seulement du sel et un fusil, il pouvait voyager où il le souhaitait.

Með aðeins salti og riffli gat hann ferðast hvert sem hann vildi.

Comme les indigènes, il chassait de la nourriture pendant ses voyages.

Eins og innfæddir veiddi hann mat á ferðalögum sínum.

S'il n'attrapait rien, il continuait, confiant en la chance qui l'attendait.

Ef hann fékk ekkert, hélt hann áfram og treysti á heppnina.

Au cours de ce long voyage, la viande était la principale nourriture qu'ils mangeaient.

Í þessari löngu ferð var kjöt aðalátið þeirra.

Le traîneau contenait des outils et des munitions, mais aucun horaire strict.

Sleðinn var með verkfæri og skotfæri, en engin ströng tímaáætlun.

Buck adorait cette errance, la chasse et la pêche sans fin.

Buck elskaði þessa flakk; endalausu veiðarnar og fiskveiðarnar.

Pendant des semaines, ils ont voyagé jour après jour.

Í vikur voru þau á ferð, dag eftir dag.

D'autres fois, ils établissaient des camps et restaient immobiles pendant des semaines.

Öðrum sinnum settu þeir upp tjaldbúðir og dvöldu kyrr í margar vikur.

Les chiens se reposaient pendant que les hommes creusaient dans la terre gelée.

Hundarnir hvíldu sig á meðan mennirnir grófu í gegnum frosna mold.

Ils chauffaient des poêles sur des feux et cherchaient de l'or caché.

Þau hitaðu pönnur yfir eldum og leituðu að földu gulli.

Certains jours, ils souffraient de faim, et d'autres jours, ils faisaient des festins.

Suma daga sveltu þau og aðra daga héldu þau veislur.

Leurs repas dépendaient du gibier et de la chance de la chasse.

Matur þeirra var háður veiðinni og heppni veiðarinnar.

Quand l'été arrivait, les hommes et les chiens chargeaient des charges sur leur dos.

Þegar sumarið kom báru menn og hundar farmi á bakinu.

Ils ont fait du rafting sur des lacs bleus cachés dans des forêts de montagne.

Þau sigldu yfir blá vötn sem voru falin í fjallaskógum.

Ils naviguaient sur des bateaux minces sur des rivières qu'aucun homme n'avait jamais cartographiées.

Þeir sigldu mjóum bátum á ám sem enginn maður hafði nokkurn tímann kortlagt.

Ces bateaux ont été construits à partir d'arbres sciés dans la nature.

Þessir bátar voru smíðaðir úr trjám sem þeir saguðu í náttúrunni.

Les mois passèrent et ils sillonnèrent des terres sauvages et inconnues.

Mánuðirnir liðu og þeir þyrptust um óbyggð óþekkt lönd.

Il n'y avait pas d'hommes là-bas, mais de vieilles traces suggéraient qu'il y en avait eu.

Þar voru engir menn, en gömul ummerki bentu til þess að menn hefðu verið þar.

Si la Cabane Perdue était réelle, alors d'autres étaient déjà passés par là.

Ef Týnda kofann var raunveruleg, þá höfðu aðrir einu sinni komið þessa leið.

Ils traversaient des cols élevés dans des blizzards, même pendant l'été.

Þeir fóru yfir há slóðir í snjóbyljum, jafnvel á sumrin.

Ils frissonnaient sous le soleil de minuit sur les pentes nues des montagnes.

Þau skjálfuðu undir miðnætursólinni á berum fjallshlíðunum.

Entre la limite des arbres et les champs de neige, ils montaient lentement.

Milli trjálínunnar og snjóbreiðanna klifruðu þau hægt.

Dans les vallées chaudes, ils écrasaient des nuages de moucherons et de mouches.

Í hlýjum dölum börðu þeir á ský af mýi og flugum.

Ils cueillaient des baies sucrées près des glaciers en pleine floraison estivale.

Þau tíndu sæt ber nálægt jöklum í fullum sumarblóma.

Les fleurs qu'ils ont trouvées étaient aussi belles que celles du Southland.

Blómin sem þau fundu voru jafn falleg og þau sem eru á Suðurlandi.

Cet automne-là, ils atteignirent une région solitaire remplie de lacs silencieux.

Um haustið komust þau að einmanalegu svæði fullu af kyrrlátum vötnum.

La terre était triste et vide, autrefois pleine d'oiseaux et de bêtes.

Landið var dapurlegt og tómt, eitt sinn fullt af fuglum og dýrum.

Il n'y avait plus de vie, seulement le vent et la glace qui se formait dans les flaques.

Nú var ekkert líf, bara vindurinn og ísinn sem myndaðist í pollum.

Les vagues s'écrasaient sur les rivages déserts avec un son doux et lugubre.

Bylgjur skullu á tómum ströndum með mjúkum, dapurlegum hljóði.

Un autre hiver arriva et ils suivirent à nouveau de vieux sentiers lointains.

Annar vetur kom og þau fylgdu aftur óljósum, gömlum slóðum.

C'étaient les traces d'hommes qui les avaient cherchés bien avant eux.

Þetta voru slóðir manna sem höfðu leitað löngu á undan þeim.

Un jour, ils trouvèrent un chemin creusé profondément dans la forêt sombre.

Einu sinni fundu þau slóð sem var höggvin djúpt inn í dimman skóg.

C'était un vieux sentier, et ils sentaient que la cabane perdue était proche.

Þetta var gömul slóð og þeim fannst týnda kofann vera nálægt.

Mais le sentier ne menait nulle part et s'enfonçait dans les bois épais.

En slóðin lá hvergi og hvarf inn í þéttan skóg.

Personne ne savait qui avait fait ce sentier et pourquoi.

Hver sem gerði slóðina, og hvers vegna, vissi enginn.

Plus tard, ils ont trouvé l'épave d'un lodge caché parmi les arbres.

Seinna fundu þeir flak af skála falið meðal trjánna.

Des couvertures pourries gisaient éparpillées là où quelqu'un avait dormi.

Rotnandi teppi lágu dreifð þar sem einhver hafði eitt sinn sofið.

John Thornton a trouvé un fusil à silex à long canon enterré à l'intérieur.

John Thornton fann flintlás með löngu hlaupi grafinn inni í honum.

Il savait qu'il s'agissait d'un fusil de la Baie d'Hudson depuis les premiers jours de son commerce.

Hann vissi að þetta var fallbyssa frá Hudsonflóa frá fyrstu viðskiptadögum.

À cette époque, ces armes étaient échangées contre des piles de peaux de castor.

Á þeim tíma voru slíkar byssur skipt fyrir stafla af beverskinnum.

C'était tout : il ne restait aucune trace de l'homme qui avait construit le lodge.

Þetta var allt og sumt — engin vísbending var eftir um manninn sem byggði skálann.

Le printemps est revenu et ils n'ont trouvé aucun signe de la Cabane Perdue.

Vorið kom aftur og þau fundu engin merki um Týnda kofann.

Au lieu de cela, ils trouvèrent une large vallée avec un ruisseau peu profond.

Í staðinn fundu þeir breiðan dal með grunnum læk.

L'or recouvrait le fond des casseroles comme du beurre jaune et lisse.

Gull lá á botninum á pönnunni eins og slétt, gult smjör.

Ils s'arrêtèrent là et ne cherchèrent plus la cabane.

Þar námu þau staðar og leituðu ekki lengra að kofanum.

Chaque jour, ils travaillaient et trouvaient des milliers de pièces d'or en poudre.

Á hverjum degi unnu þau og fundu þúsundir í gulldufti.

Ils ont emballé l'or dans des sacs de peau d'élan, de cinquante livres chacun.

Þeir pökkuðu gullinu í poka úr elgshúð, fimmtíu pund hver.

Les sacs étaient empilés comme du bois de chauffage à l'extérieur de leur petite loge.

Pokarnir voru staflaðir eins og eldiviður fyrir utan litla kofann þeirra.

Ils travaillaient comme des géants et les jours passaient comme des rêves rapides.

Þau unnu eins og risar og dagarnir liðu eins og fljótir draumar.

Ils ont amassé des trésors au fil des jours sans fin.

Þau söfnuðu fjársjóðum á meðan endalausir dagar liðu hratt hjá.

Les chiens n'avaient pas grand-chose à faire, à part transporter de la viande de temps en temps.

Hundarnir höfðu lítið að gera nema að draga kjöt af og til.

Thornton chassait et tuait le gibier, et Buck restait allongé près du feu.

Thornton veiddi og drap villibráðina, og Buck lá við eldinn.

Il a passé de longues heures en silence, perdu dans ses pensées et ses souvenirs.

Hann eyddi löngum stundum í þögn, sokkinn í hugsanir og minningar.

L'image de l'homme poilu revenait de plus en plus souvent à l'esprit de Buck.

Myndin af loðna manninum kom oftar upp í huga Bucks.

Maintenant que le travail se faisait rare, Buck rêvait en clignant des yeux devant le feu.

Nú þegar vinnan var af skornum skammti, dreymdi Buck á meðan hann blikkaði augunum við eldinn.

Dans ces rêves, Buck errait avec l'homme dans un autre monde.

Í þessum draumum reikaði Buck með manninum um annan heim.

La peur semblait être le sentiment le plus fort dans ce monde lointain.

Ótti virtist sterkasta tilfinningin í þeim fjarlæga heimi.

Buck vit l'homme poilu dormir avec la tête baissée.

Buck sá loðna manninn sofa með höfuðið niðurbeygt.

Ses mains étaient jointes et son sommeil était agité et interrompu.

Hendur hans voru krepptar og svefninn var órólegur og truflaður.

Il se réveillait en sursaut et regardait avec crainte dans le noir.

Hann vaknaði vanur að kippast við og stara hræddur út í myrkrið.

Ensuite, il jetait plus de bois sur le feu pour garder la flamme vive.

Svo kastaði hann meiri við á eldinn til að halda loganum björtum.

Parfois, ils marchaient le long d'une plage au bord d'une mer grise et infinie.
Stundum gengu þau meðfram strönd við gráan, endalausan sjó.
L'homme poilu ramassait des coquillages et les mangeait en marchant.
Loðni maðurinn tíndi skelfisk og át hann á göngu sinni.
Ses yeux cherchaient toujours des dangers cachés dans l'ombre.
Augu hans leituðu stöðugt að földum hættum í skuggunum.
Ses jambes étaient toujours prêtes à sprinter au premier signe de menace.
Fætur hans voru alltaf tilbúnir til að spretta við fyrstu ógnarmerki.
Ils rampaient à travers la forêt, silencieux et méfiants, côte à côte.
Þau læddust gegnum skóginn, þögul og varkár, hlið við hlið.
Buck le suivit sur ses talons, et tous deux restèrent vigilants.
Buck fylgdi á eftir honum og þeir voru báðir vakandi.
Leurs oreilles frémissaient et bougeaient, leurs nez reniflaient l'air.
Eyrun þeirra kipptust og hreyfðust, nef þeirra þefuðu út í loftið.
L'homme pouvait entendre et sentir la forêt aussi intensément que Buck.
Maðurinn heyrði og lyktaði skógarins jafn skarpt og Buck.
L'homme poilu se balançait à travers les arbres avec une vitesse soudaine.
Loðni maðurinn sveiflaðist gegnum trén með skyndilegum hraða.
Il sautait de branche en branche, sans jamais lâcher prise.
Hann stökk af grein í grein og missti aldrei takið.
Il se déplaçait aussi vite au-dessus du sol que sur celui-ci.
Hann hreyfði sig jafn hratt yfir jörðinni og hann gerði á henni.
Buck se souvenait des longues nuits passées sous les arbres, à veiller.

Buck minntist langra nætur undir trjánum, þar sem hann hélt vörð.

L'homme dormait perché dans les branches, s'accrochant fermement.

Maðurinn svaf í greinunum, klamraði sér fast um þau.

Cette vision de l'homme poilu était étroitement liée à l'appel des profondeurs.

Þessi sýn af loðna manninum var nátengd djúpu kallinu.

L'appel résonnait toujours à travers la forêt avec une force obsédante.

Kallið hljómaði enn um skóginn með ásæknum krafti.

L'appel remplit Buck de désir et d'un sentiment de joie incessant.

Símtalið fyllti Buck löngun og eirðarlausri gleði.

Il ressentait d'étranges pulsions et des frémissements qu'il ne pouvait nommer.

Hann fann fyrir undarlegum löngunum og tilfinningum sem hann gat ekki nefnt.

Parfois, il suivait l'appel au plus profond des bois tranquilles.

Stundum fylgdi hann kallinu djúpt inn í kyrrláta skóginn.

Il cherchait l'appel, aboyant doucement ou fort au fur et à mesure.

Hann leitaði að kölluninni, gelti lágt eða hvasst á leiðinni.

Il renifla la mousse et la terre noire où poussaient les herbes.

Hann þefaði af mosanum og svörtu moldinni þar sem grasið óx.

Il renifla de plaisir aux riches odeurs de la terre profonde.

Hann fnösti af ánægju við ríkulega ilminn af djúpi jarðarinnar.

Il s'est accroupi pendant des heures derrière des troncs couverts de champignons.

Hann kraup í marga klukkutíma á bak við stofna sem voru þaktir sveppum.

Il resta immobile, écoutant les yeux écarquillés chaque petit bruit.

Hann stóð grafkyrr og hlustaði með stórum augum á hvert einasta hljóð.

Il espérait peut-être surprendre la chose qui avait lancé
l'appel.

Hann kann að hafa vonast til að koma því sem kallaði á óvart.

Il ne savait pas pourquoi il agissait de cette façon, il le faisait
simplement.

Hann vissi ekki hvers vegna hann hagaði sér svona — hann
einfaldlega gerði það.

Les pulsions venaient du plus profond de moi, au-delà de la
pensée ou de la raison.

Þráin kom djúpt að innan, handan við hugsun eða skynsemi.

Des envies irrésistibles s'emparèrent de Buck sans
avertissement ni raison.

Ómótstæðilegar hvatir greipu Buck án viðvörunar eða ástæðu.

Parfois, il somnolait paresseusement dans le camp sous la
chaleur de midi.

Stundum blundaði hann rólega í tjaldbúðunum í
hádegishitanum.

Soudain, sa tête se releva et ses oreilles se dressèrent en
alerte.

Skyndilega lyftist höfuðið og eyrun skjóta upp, vakandi.

Puis il se leva d'un bond et se précipita dans la nature sans
s'arrêter.

Þá stökk hann á fætur og þaut út í óbyggðirnar án þess að
stoppa.

Il a couru pendant des heures à travers les sentiers forestiers
et les espaces ouverts.

Hann hljóp í marga klukkutíma um skógarstíga og opnar
svæði.

Il aimait suivre les lits des ruisseaux asséchés et espionner
les oiseaux dans les arbres.

Hann elskaði að fylgja þurrum lækjarfarvegum og njósna um
fugla í trjánum.

Il pouvait rester caché toute la journée, à regarder les perdrix
se pavaner.

Hann gæti legið í felum allan daginn og horft á gröfturnar
spóka sig um.

Ils tambourinaient et marchaient, inconscients de la présence de Buck.

Þau trommuðu og gengu, ómeðvituð um nærveru Bucks.

Mais ce qu'il aimait le plus, c'était courir au crépuscule en été.

En það sem hann elskaði mest var að hlaupa í rökkrinu á sumrin.

La faible lumière et les bruits endormis de la forêt le remplissaient de joie.

Dauft ljós og syfjandi skógarhljóð fylltu hann gleði.

Il lisait les panneaux forestiers aussi clairement qu'un homme lit un livre.

Hann las merkin í skóginum eins skýrt og maður les bók.

Et il cherchait toujours la chose étrange qui l'appelait.

Og hann leitaði alltaf að því undarlega sem kallaði á hann.

Cet appel ne s'est jamais arrêté : il l'atteignait qu'il soit éveillé ou endormi.

Þetta kall hætti aldrei — það náði til hans hvort sem hann var vakandi eða sofandi.

Une nuit, il se réveilla en sursaut, les yeux perçants et les oreilles hautes.

Eina nóttina vaknaði hann með hryllingi, augun hvöss og eyrun hátt.

Ses narines se contractaient tandis que sa crinière se dressait en vagues.

Nös hans kipptust til þegar fax hans stóð eins og öldur.

Du plus profond de la forêt, le son résonna à nouveau, le vieil appel.

Djúpt úr skóginum barst hljóðið aftur, gamla kallið.

Cette fois, le son résonnait clairement, un hurlement long, obsédant et familier.

Að þessu sinni ómaði hljóðið greinilega, langt, ásækið og kunnuglegt úlf.

C'était comme le cri d'un husky, mais d'un ton étrange et sauvage.

Það var eins og óp husky-hunds, en undarlegur og villtur í röddu.

Buck reconnut immédiatement le son – il avait entendu exactement le même son depuis longtemps.

Buck þekkti hljóðið strax — hann hafði heyrt nákvæmlega þetta hljóð fyrir löngu síðan.

Il sauta à travers le camp et disparut rapidement dans les bois.

Hann stökk í gegnum tjaldstæðið og hvarf snögglega inn í skóginn.

Alors qu'il s'approchait du bruit, il ralentit et se déplaça avec précaution.

Þegar hann nálgaðist hljóðið hægði hann á sér og hreyfði sig varlega.

Bientôt, il atteignit une clairière entre d'épais pins.

Fljótlega kom hann að rjóðri milli þéttra furutrjáa.

Là, debout sur ses pattes arrière, était assis un loup des bois grand et maigre.

Þar, uppréttur á hækjum sér, sat hár, grannur skógarúlfur.

Le nez du loup pointait vers le ciel, résonnant toujours de l'appel.

Trýni úlfsins benti til himins, enn að enduróma kallið.

Buck n'avait émis aucun son, mais le loup s'arrêta et écouta.

Buck hafði ekki gefið frá sér hljóð, en samt stoppaði úlfurinn og hlustaði.

Sentant quelque chose, le loup se tendit, scrutant l'obscurité.

Úlfurinn fann eitthvað, spenntist upp og leitaði í myrkrinu.

Buck apparut en rampant, le corps bas, les pieds immobiles sur le sol.

Buck læddist í sjóinn, líkami lágt, fæturnir kyrrir á jörðinni.

Sa queue était droite, son corps enroulé sous la tension.

Halinn hans var beinn, líkami hans þéttvaxinn af spennu.

Il a montré à la fois une menace et une sorte d'amitié brutale.

Hann sýndi bæði ógn og eins konar grófa vináttu.

C'était le salut prudent partagé par les bêtes sauvages.

Þetta var varkár kveðja sem villidýr deildu.

Mais le loup se retourna et s'enfuit dès qu'il vit Buck.
En úlfurinn sneri sér við og flúði um leið og hann sá Buck.
Buck se lança à sa poursuite, sautant sauvagement, désireux de le rattraper.
Buck elti hann, stökk villt, ákafur að ná honum.
Il suivit le loup dans un ruisseau asséché bloqué par un embâcle.
Hann fylgdi úlfinum inn í þurran læk sem var stíflaður af skógarþröskuldi.
Acculé, le loup se retourna et tint bon.
Í horni snéri úlfurinn sér við og stóð fast á sínu.
Le loup grognait et claquait comme un chien husky pris au piège dans un combat.
Úlfurinn urraði og skein eins og fastur huskyhundur í slagsmálum.
Les dents du loup claquaient rapidement, son corps se hérissant d'une fureur sauvage.
Tennur úlfsins smelltu hratt, líkami hans stirðnaði af villtri reiði.
Buck n'attaqua pas mais encercla le loup avec une gentillesse prudente.
Buck réðst ekki á heldur gekk í kringum úlfinn af varkárri vinsemd.
Il a essayé de bloquer sa fuite par des mouvements lents et inoffensifs.
Hann reyndi að koma í veg fyrir flótta sinn með hægum, skaðlausum hreyfingum.
Le loup était méfiant et effrayé : Buck le dépassait trois fois.
Úlfurinn var varkár og hræddur — Buck var þrisvar sinnum sterkari en hann.
La tête du loup atteignait à peine l'épaule massive de Buck.
Höfuð úlfsins náði varla upp að stórum öxl Bucks.
À l'affût d'une brèche, le loup s'est enfui et la poursuite a repris.
Úlfurinn leitaði að gati, hljóp á brott og eftirförin hófst á ný.
Plusieurs fois, Buck l'a coincé et la danse s'est répétée.

Nokkrum sinnum þrýsti Buck honum í horn og dansinn endurtók sig.

Le loup était maigre et faible, sinon Buck n'aurait pas pu l'attraper.

Úlfurinn var magur og veikburða, annars hefði Buck ekki getað gripið hann.

Chaque fois que Buck s'approchait, le loup se retournait et lui faisait face avec peur.

Í hvert sinn sem Buck nálgaðist sneri úlfurinn sér við og horfði á hann í ótta.

Puis, à la première occasion, il s'est précipité dans les bois une fois de plus.

Svo við fyrsta tækifæri hljóp hann aftur út í skóginn.

Mais Buck n'a pas abandonné et finalement le loup a fini par lui faire confiance.

En Buck gafst ekki upp og að lokum fór úlfurinn að treysta honum.

Il renifla le nez de Buck, et les deux devinrent joueurs et alertes.

Hann þefaði af nefi Bucks og þeir tveir urðu léttlyndir og vakandi.

Ils jouaient comme des animaux sauvages, féroces mais timides dans leur joie.

Þau léku sér eins og villidýr, grimm en feimin í gleði sinni.

Au bout d'un moment, le loup s'éloigna au trot avec un calme déterminé.

Eftir smá stund skokkaði úlfurinn af stað með rólegum ásetningi.

Il a clairement montré à Buck qu'il voulait être suivi.

Hann sýndi Buck greinilega að hann ætlaði sér að vera elti.

Ils couraient côte à côte dans l'obscurité du crépuscule.

Þau hlupu hlið við hlið gegnum dimman sólsetur.

Ils suivirent le lit du ruisseau jusqu'à la gorge rocheuse.

Þau fylgdu lækjarfarveginum upp í grýtta gljúfrið.

Ils traversèrent une ligne de partage des eaux froide où le ruisseau avait pris sa source.

Þau fóru yfir kalda kjörgjá þar sem straumurinn hafði byrjað.

Sur la pente la plus éloignée, ils trouvèrent une vaste forêt et de nombreux ruisseaux.

Á fjær hlíðinni fundu þeir víðáttumikinn skóg og margar læki.

À travers ce vaste territoire, ils ont couru pendant des heures sans s'arrêter.

Um þetta víðáttumikla land hlupu þau klukkustundum saman án þess að stoppa.

Le soleil se leva plus haut, l'air devint chaud, mais ils continuèrent à courir.

Sólin reis hærra, loftið hlýnaði, en þau hlupu áfram.

Buck était rempli de joie : il savait qu'il répondait à son appel.

Buck var fullur gleði — hann vissi að hann var að svara kalli sínu.

Il courut à côté de son frère de la forêt, plus près de la source de l'appel.

Hann hljóp við hlið skógarbróður síns, nær upptökum kallsins.

De vieux sentiments sont revenus, puissants et difficiles à ignorer.

Gamlar tilfinningar komu aftur, sterkar og erfitt að hunsa.

C'étaient les vérités derrière les souvenirs de ses rêves.

Þetta voru sannleikarnir á bak við minningarnar úr draumum hans.

Il avait déjà fait tout cela auparavant, dans un monde lointain et obscur.

Hann hafði gert allt þetta áður í fjarlægum og skuggalegum heimi.

Il recommença alors, courant librement avec le ciel ouvert au-dessus.

Nú gerði hann þetta aftur, hljóp villt út um opinn himininn fyrir ofan.

Ils s'arrêtèrent près d'un ruisseau pour boire l'eau froide qui coulait.

Þau stöðvuðust við læk til að drekka úr köldu, rennandi vatninu.

Alors qu'il buvait, Buck se souvint soudain de John
Thornton.

Þegar hann drakk mundi Buck skyndilega eftir John Thornton.

Il s'assit en silence, déchiré par l'attrait de la loyauté et de
l'appel.

Hann settist niður þögull, klofinn í sundur af togi
hollustunnar og köllunarinnar.

Le loup continua à trotter, mais revint pour pousser Buck à
avancer.

Úlfurinn trakk áfram en kom aftur til að hvetja Buck áfram.

Il renifla son nez et essaya de le cajoler avec des gestes doux.

Hann þefað á nefinu og reyndi að lokka hann með mjúkum
bendingum.

Mais Buck se retourna et reprit le chemin par lequel il était
venu.

En Buck sneri sér við og hélt áfram sömu leið og hann kom.

Le loup courut à côté de lui pendant un long moment,
gémissant doucement.

Úlfurinn hljóp við hlið hans lengi og kveinaði lágt.

Puis il s'assit, leva le nez et poussa un long hurlement.

Svo settist hann niður, lyfti nefinu og kveinaði langt.

C'était un cri lugubre, qui s'adoucit à mesure que Buck
s'éloignait.

Það var dapurlegt grát, sem mildaðist er Buck gekk í burtu.

Buck écouta le son du cri s'estomper lentement dans le
silence de la forêt.

Buck hlustaði á meðan ópið hvarf hægt og rólega í þögn
skógarins.

John Thornton était en train de dîner lorsque Buck a fait
irruption dans le camp.

John Thornton var að borða kvöldmat þegar Buck ruddist inn
í tjaldbúðirnar.

Buck sauta sauvagement sur lui, le léchant, le mordant et le
faisant culbuter.

Buck stökk á hann eins og villtur maður, sleikti hann, beit og
velti honum um koll.

Il l'a renversé, s'est hissé dessus et l'a embrassé sur le visage.

Hann velti honum um koll, klifraði ofan á hann og kyssti hann á andlitið.

Thornton appelait cela avec affection « jouer le fou du commun ».

Thornton kallaði þetta að „leika almennan fífl" af ástúð.

Pendant tout ce temps, il maudissait doucement Buck et le secouait d'avant en arrière.

Allan tímann formælti hann Buck blíðlega og hristi hann fram og til baka.

Pendant deux jours et deux nuits entières, Buck n'a pas quitté le camp une seule fois.

Í tvo heila daga og nætur yfirgaf Buck aldrei búðirnar.

Il est resté proche de Thornton et ne l'a jamais quitté des yeux.

Hann hélt sig nálægt Thornton og lét hann aldrei úr augsýn.

Il le suivait pendant qu'il travaillait et le regardait pendant qu'il mangeait.

Hann fylgdi honum á meðan hann vann og horfði á hann á meðan hann borðaði.

Il voyait Thornton dans ses couvertures la nuit et dehors chaque matin.

Hann sá Thornton ofan í teppi sín á kvöldin og úti á hverjum morgni.

Mais bientôt l'appel de la forêt revint, plus fort que jamais.

En fljótlega kom skógarkallið aftur, háværara en nokkru sinni fyrr.

Buck devint à nouveau agité, agité par les pensées du loup sauvage.

Buck varð órólegur aftur, hrærður við hugsanir um villta úlfinn.

Il se souvenait de la terre ouverte et de la course côte à côte.

Hann mundi eftir opna landinu og því að hlaupa hlið við hlið.

Il commença à errer à nouveau dans la forêt, seul et alerte.

Hann byrjaði að reika inn í skóginn á ný, einn og vakandi.

Mais le frère sauvage ne revint pas et le hurlement ne fut pas entendu.

En villibróðurinn sneri ekki aftur og úlfurinn heyrðist ekki.

Buck a commencé à dormir dehors, restant absent pendant des jours.

Buck byrjaði að sofa úti og var fjarri í marga daga í senn.

Une fois, il traversa la haute ligne de partage des eaux où le ruisseau commençait.

Einu sinni fór hann yfir háa kjörsvæðið þar sem lækurinn hafði byrjað.

Il entra dans le pays des bois sombres et des larges ruisseaux.

Hann gekk inn í land dökkra viðarins og breiðra, rennandi lækja.

Pendant une semaine, il a erré, à la recherche de signes de son frère sauvage.

Í heila viku flakkaði hann um, leitandi að merkjum um villta bróðurinn.

Il tuait sa propre viande et voyageait à grands pas, sans relâche.

Hann slátraði sínu eigin kjöti og ferðaðist löngum, óþreytandi skrefum.

Il pêchait le saumon dans une large rivière qui se jetait dans la mer.

Hann veiddi lax í breiðri á sem rann til sjávar.

Là, il combattit et tua un ours noir rendu fou par les insectes.

Þar barðist hann við svartan björn sem var orðinn brjálaður af skordýrum og drap hann.

L'ours était en train de pêcher et courait aveuglément à travers les arbres.

Björninn hafði verið að veiða og hljóp blint gegnum trén.

La bataille fut féroce, réveillant le profond esprit combatif de Buck.

Bardaginn var hörð og vakti djúpan baráttuanda Bucks.

Deux jours plus tard, Buck est revenu et a trouvé des carcajous près de sa proie.

Tveimur dögum síðar kom Buck aftur og fann jarfa við bráð sína.

Une douzaine d entre eux se disputaient la viande avec une fureur bruyante.

Tylft þeirra rifust um kjötið í hávaðasömum reiði.
Buck chargea et les dispersa comme des feuilles dans le vent.
Buck réðst á og dreifði þeim eins og laufum í vindinum.
Deux loups restèrent derrière, silencieux, sans vie et immobiles pour toujours.
Tveir úlfar urðu eftir — þöglir, líflausir og hreyfingarlausir að eilífu.
La soif de sang était plus forte que jamais.
Blóðþorstinn varð sterkari en nokkru sinni fyrr.
Buck était un chasseur, un tueur, se nourrissant de créatures vivantes.
Buck var veiðimaður, morðingi, sem nærist á lifandi verum.
Il a survécu seul, en s'appuyant sur sa force et ses sens aiguisés.
Hann lifði af einn, treystandi á styrk sinn og skarpa skynsemi.
Il prospérait dans la nature, où seuls les plus résistants pouvaient vivre.
Hann dafnaði í náttúrunni, þar sem aðeins þeir hörðustu gátu lifað.
De là, une grande fierté s'éleva et remplit tout l'être de Buck.
Upp frá þessu reis upp mikill stoltur og fyllti alla veru Bucks.
Sa fierté se reflétait dans chacun de ses pas, dans le mouvement de chacun de ses muscles.
Stolt hans birtist í hverju skrefi hans, í öldunni í hverjum vöðva.
Sa fierté était aussi claire qu'un discours, visible dans la façon dont il se comportait.
Stolt hans var eins skýrt og mál, sást á því hvernig hann bar sig.
Même son épais pelage semblait plus majestueux et brillait davantage.
Jafnvel þykkur feldurinn hans leit tignarlegri út og glóði bjartara.
Buck aurait pu être confondu avec un loup géant.
Buck gæti hafa verið ruglaður saman við risavaxinn skógarúlf.

À l'exception du brun sur son museau et des taches au-dessus de ses yeux.

Nema hvað hann er brúnn á trýninu og blettir fyrir ofan augun.

Et la traînée de fourrure blanche qui courait au milieu de sa poitrine.

Og hvíta loðröndin sem lá niður eftir miðjum bringu hans.

Il était encore plus grand que le plus grand loup de cette race féroce.

Hann var jafnvel stærri en stærsti úlfurinn af þessari grimmdu kynstofni.

Son père, un Saint-Bernard, lui a donné de la taille et une ossature lourde.

Faðir hans, sem var Bernharðshundur, gaf honum stærð og þungan líkama.

Sa mère, une bergère, a façonné cette masse en forme de loup.

Móðir hans, sem var fjárhirðir, mótaði þennan massa í úlfslíka mynd.

Il avait le long museau d'un loup, bien que plus lourd et plus large.

Hann hafði langan trýni eins og úlfur, þótt hann væri þyngri og breiðari.

Sa tête était celle d'un loup, mais construite à une échelle massive et majestueuse.

Höfuð hans var úlfs, en smíðað í gríðarlegum og tignarlegum mæli.

La ruse de Buck était la ruse du loup et de la nature.

Slægð Bucks var slægð úlfsins og villidýranna.

Son intelligence lui vient à la fois du berger allemand et du Saint-Bernard.

Greind hans kom bæði frá þýska fjárhundinum og Sankti Bernharði.

Tout cela, ajouté à une expérience difficile, faisait de lui une créature redoutable.

Allt þetta, ásamt erfiðri reynslu, gerði hann að ógnvekjandi veru.

Il était aussi redoutable que n'importe quelle bête qui parcourait les régions sauvages du nord.

Hann var jafn ógnvekjandi og hvaða dýr sem reikaði um norðurlöndin.

Ne se nourrissant que de viande, Buck a atteint le sommet de sa force.

Buck lifði eingöngu á kjöti og náði hámarki styrks síns.

Il débordait de puissance et de force masculine dans chaque fibre de son être.

Hann barst yfir af krafti og karlmannlegum krafti í hverjum einasta trefja af sér.

Lorsque Thornton lui caressait le dos, ses poils brillaient d'énergie.

Þegar Thornton strauk honum um bakið glitruðu hárin af orku.

Chaque cheveu crépitait, chargé du contact du magnétisme vivant.

Hvert hár sprakkaði, hlaðið snertingu lifandi segulmagnaðs.

Son corps et son cerveau étaient réglés sur le ton le plus fin possible.

Líkami hans og heili voru stillt á besta mögulega tónhæð.

Chaque nerf, chaque fibre et chaque muscle fonctionnaient en parfaite harmonie.

Sérhver taug, þráður og vöðvi störfuðu í fullkominni samhljóm.

À tout son ou toute vue nécessitant une action, il répondait instantanément.

Við hverju hljóði eða sjón sem þurfti að bregðast við, brást hann samstundis við.

Si un husky sautait pour attaquer, Buck pouvait sauter deux fois plus vite.

Ef husky-hundur stökk til árásar, gæti Buck stokkið tvöfalt hraðar.

Il a réagi plus vite que les autres ne pouvaient le voir ou l'entendre.

Hann brást hraðar við en aðrir gátu jafnvel séð eða heyrt.

La perception, la décision et l'action se sont produites en un seul instant fluide.

Skynjun, ákvörðun og aðgerð komu allt í einni fljótandi augnabliki.

En vérité, ces actes étaient distincts, mais trop rapides pour être remarqués.

Í raun voru þessar athafnir aðskildar en of fljótar til að taka eftir þeim.

Les intervalles entre ces actes étaient si brefs qu'ils semblaient n'en faire qu'un.

Svo stutt voru bilin á milli þessara athafna að þau virtust vera ein heild.

Ses muscles et son être étaient comme des ressorts étroitement enroulés.

Vöðvar hans og vera voru eins og þéttvaxnir gormar.

Son corps débordait de vie, sauvage et joyeux dans sa puissance.

Líkami hans iðaði af lífi, villtur og gleðilegur í krafti sínum.

Parfois, il avait l'impression que la force allait jaillir de lui entièrement.

Stundum fannst honum eins og krafturinn myndi springa úr honum alveg.

« Il n'y a jamais eu un tel chien », a déclaré Thornton un jour tranquille.

„Aldrei hefur slíkur hundur verið til," sagði Thornton einn kyrrlátan dag.

Les partenaires regardaient Buck sortir fièrement du camp.

Félagarnir horfðu á Buck ganga stoltur út úr búðunum.

« Lorsqu'il a été créé, il a changé ce que pouvait être un chien », a déclaré Pete.

„Þegar hann varð til breytti hann því hvernig hundur getur verið," sagði Pete.

« Par Jésus ! Je le pense moi-même », acquiesça rapidement Hans.

„Við Jesú! Ég held það sjálfur," samþykkti Hans fljótt.

Ils l'ont vu s'éloigner, mais pas le changement qui s'est produit après.

Þau sáu hann ganga burt, en ekki breytinguna sem kom á eftir.
**Dès qu'il est entré dans les bois, Buck s'est complètement
transformé.**
Um leið og hann kom inn í skóginn umbreytist Buck
gjörsamlega.
**Il ne marchait plus, mais se déplaçait comme un fantôme
sauvage parmi les arbres.**
Hann gekk ekki lengur, heldur færði sig eins og villtur
draugur meðal trjánna.
**Il devint silencieux, les pieds comme un chat, une lueur
traversant les ombres.**
Hann þagnaði, eins og köttur, eins og blikur sem leið gegnum
skuggana.
**Il utilisait la couverture avec habileté, rampant sur le ventre
comme un serpent.**
Hann notaði skjól af list og skreið á maganum eins og snákur.
**Et comme un serpent, il pouvait bondir en avant et frapper
en silence.**
Og eins og snákur gat hann stokkið fram og höggvið í þögn.
**Il pourrait voler un lagopède directement dans son nid
caché.**
Hann gæti stolið rjúpu beint úr földu hreiðri hennar.
Il a tué des lapins endormis sans un seul bruit.
Hann drap sofandi kanínur án þess að gefa eitt einasta hljóð.
**Il pouvait attraper des tamias en plein vol alors qu'ils
fuyaient trop lentement.**
Hann gat gripið íkorna í loftinu þar sem þeir flúðu of hægt.
**Même les poissons dans les bassins ne pouvaient échapper à
ses attaques soudaines.**
Jafnvel fiskar í pollum gátu ekki sloppið við skyndileg áföll
hans.
**Même les castors astucieux qui réparaient les barrages
n'étaient pas à l'abri de lui.**
Ekki einu sinni klárir bebrar sem voru að gera við stíflur voru
óhultir fyrir honum.
**Il tuait pour se nourrir, pas pour le plaisir, mais il préférait
tuer ses propres victimes.**

Hann drap sér til matar, ekki til gamans — en hafði mest gaman af sínum eigin drápum.

Pourtant, un humour sournois traversait certaines de ses chasses silencieuses.

Samt sem áður var lúmskur húmor í gegnum sumar af þöglu veiðum hans.

Il s'est approché des écureuils, mais les a laissés s'échapper.

Hann læddist nærri íkornum, bara til að láta þá sleppa.

Ils allaient fuir vers les arbres, bavardant dans une rage effrayée.

Þau ætluðu að flýja til trjánna, spjallandi af óttafullri reiði.

À l'arrivée de l'automne, les orignaux ont commencé à apparaître en plus grand nombre.

Þegar haustið skall á fóru elgir að birtast í auknum mæli.

Ils se sont déplacés lentement vers les basses vallées pour affronter l'hiver.

Þau færðu sig hægt og rólega niður í lágu dalina til að takast á við veturinn.

Buck avait déjà abattu un jeune veau errant.

Buck hafði þegar fellt einn ungan, týndan kálf.

Mais il aspirait à affronter des proies plus grandes et plus dangereuses.

En hann þráði að horfast í augu við stærri og hættulegri bráð.

Un jour, à la ligne de partage des eaux, à la tête du ruisseau, il trouva sa chance.

Dag einn á kjörstaðnum, við upptök lækjarins, fann hann tækifærið sitt.

Un troupeau de vingt orignaux avait traversé des terres boisées.

Tuttugu elghjörð hafði komið yfir frá skógi vöxnum löndum.

Parmi eux se trouvait un puissant taureau, le chef du groupe.

Meðal þeirra var voldugur naut; leiðtogi hópsins.

Le taureau mesurait plus de six pieds de haut et avait l'air féroce et sauvage.

Nautið var meira en sex fet á hæð og leit grimmilega og villt út.

Il lança ses larges bois, quatorze pointes se ramifiant vers l'extérieur.
Hann kastaði breiðum hornum sínum, fjórtán oddar greinóttu út á við.

Les extrémités de ces bois s'étendaient sur sept pieds de large.
Endar þessara horna teygðust sjö fet í þvermál.

Ses petits yeux brûlaient de rage lorsqu'il aperçut Buck à proximité.
Lítil augu hans brunnu af reiði þegar hann sá Buck þar nærri.

Il poussa un rugissement furieux, tremblant de fureur et de douleur.
Hann lét frá sér æpandi öskur, skjálfandi af reiði og sársauka.

Une pointe de flèche sortait près de son flanc, empennée et pointue.
Örvaroddur stóð út við hliðina á honum, fjaðurvaxinn og hvöss.

Cette blessure a contribué à expliquer son humeur sauvage et amère.
Þetta sár hjálpaði til við að útskýra grimmilega og bitra skapsveiflu hans.

Buck, guidé par un ancien instinct de chasseur, a fait son mouvement.
Buck, leiddur af fornum veiðieðlishvötum, gerði sína ráðstöfun.

Son objectif était de séparer le taureau du reste du troupeau.
Hann stefndi að því að aðgreina nautið frá restinni af hjörðinni.

Ce n'était pas une tâche facile : il fallait de la rapidité et une ruse féroce.
Þetta var ekki auðvelt verk — það krafðist hraða og mikillar slægðar.

Il aboyait et dansait près du taureau, juste hors de portée.
Hann gelti og dansaði nálægt nautinu, rétt utan seilingar.

L'élan s'est précipité avec d'énormes sabots et des bois mortels.

Elgurinn stökk fram með risavaxnum hófum og banvænum hornum.

Un seul coup aurait pu mettre fin à la vie de Buck en un clin d'œil.

Eitt högg hefði getað eyðilagt líf Bucks á augabragði.

Incapable de laisser la menace derrière lui, le taureau devint fou.

Ófær um að yfirgefa ógnina varð nautið brjálað.

Il chargea avec fureur, mais Buck s'échappa toujours.

Hann réðst á í reiði, en Buck laumaðist alltaf undan.

Buck simula une faiblesse, l'attirant plus loin du troupeau.

Buck lét eins og hann væri veikburða og lokkaði hann lengra frá hjörðinni.

Mais les jeunes taureaux allaient charger pour protéger le leader.

En ungir nautgripir ætluðu að sækja til baka til að vernda leiðtogann.

Ils ont forcé Buck à battre en retraite et le taureau à rejoindre le groupe.

Þeir neyddu Buck til að hörfa og nautið til að sameinast hópnum aftur.

Il y a une patience dans la nature, profonde et imparable.

Það er þolinmæði í óbyggðunum, djúp og óstöðvandi.

Une araignée attend immobile dans sa toile pendant d'innombrables heures.

Könguló bíður hreyfingarlaus í vef sínum í óteljandi klukkustundir.

Un serpent s'enroule sans tressaillement et attend que son heure soit venue.

Snákur snýr sér án þess að kippast og bíður þangað til tíminn er kominn.

Une panthère se tient en embuscade, jusqu'à ce que le moment arrive.

Panter liggur í fyrirsát þar til augnablikið rennur upp.

C'est la patience des prédateurs qui chassent pour survivre.

Þetta er þolinmæði rándýra sem veiða til að lifa af.

Cette même patience brûlait à l'intérieur de Buck alors qu'il restait proche.

Sama þolinmæði brann innra með Buck þegar hann var nálægt.

Il resta près du troupeau, ralentissant sa marche et suscitant la peur.

Hann hélt sig nálægt hjörðinni, hægði á göngu hennar og vakti ótta.

Il taquinait les jeunes taureaux et harcelait les vaches mères.

Hann stríddi ungu nautin og áreitti kýrnar.

Il a plongé le taureau blessé dans une rage encore plus profonde et impuissante.

Hann rak særða nautið út í dýpri og hjálparvana reiði.

Pendant une demi-journée, le combat s'est prolongé sans aucun répit.

Í hálfan dag dróst baráttan áfram án þess að nokkur hvíld fengi sér.

Buck attaquait sous tous les angles, rapide et féroce comme le vent.

Buck réðst á úr öllum áttum, hratt og grimmur eins og vindurinn.

Il a empêché le taureau de se reposer ou de se cacher avec son troupeau.

Hann kom í veg fyrir að nautið hvíldi sig eða feli sig með hjörð sinni.

Le cerf a épuisé la volonté de l'élan plus vite que son corps.

Buck þreytti vilja elgsins hraðar en líkami hans.

La journée passa et le soleil se coucha bas dans le ciel du nord-ouest.

Dagurinn leið og sólin sökk lágt á norðvesturhimninum.

Les jeunes taureaux revinrent plus lentement pour aider leur chef.

Ungu nautarnir sneru hægar aftur til að hjálpa leiðtoganum sínum.

Les nuits d'automne étaient revenues et l'obscurité durait désormais six heures.

Haustnæturnar voru komnar aftur og myrkrið varði nú í sex klukkustundir.

L'hiver les poussait vers des vallées plus sûres et plus chaudes.

Veturinn var að þrýsta þeim niður á við, niður í öruggari og hlýrri dali.

Mais ils ne pouvaient toujours pas échapper au chasseur qui les retenait.

En samt gátu þeir ekki flúið veiðimanninn sem hélt þeim til baka.

Une seule vie était en jeu : pas celle du troupeau, mais celle de leur chef.

Aðeins eitt líf var í húfi — ekki líf hjarðarinnar, bara líf leiðtogans.

Cela rendait la menace lointaine et non leur préoccupation urgente.

Það gerði ógnina fjarlæga en ekki brýna áhyggjuefni þeirra.

Au fil du temps, ils ont accepté ce prix et ont laissé Buck prendre le vieux taureau.

Með tímanum samþykktu þeir þennan kostnað og létu Buck taka við gamla nautinu.

Alors que le crépuscule s'installait, le vieux taureau se tenait debout, la tête baissée.

Þegar rökkrið skall á stóð gamli nautinn með höfuðið niður.

Il regarda le troupeau qu'il avait conduit disparaître dans la lumière déclinante.

Hann horfði á hjörðina, sem hann hafði leitt, hverfa í dvínandi ljósinu.

Il y avait des vaches qu'il avait connues, des veaux qu'il avait autrefois engendrés.

Þar voru kýr sem hann hafði þekkt, kálfar sem hann hafði eitt sinn eignast.

Il y avait des taureaux plus jeunes qu'il avait combattus et dominés au cours des saisons précédentes.

Það voru yngri naut sem hann hafði barist við og stjórnað fyrri tímabil.

Il ne pouvait pas les suivre, car Buck était à nouveau accroupi devant lui.

Hann gat ekki fylgt þeim — því að fyrir framan hann kraup Buck aftur.

La terreur impitoyable aux crocs bloquait tous les chemins qu'il pouvait emprunter.

Hin miskunnarlausa, vígtennta ótti lokaði fyrir allar leiðir sem hann gæti farið.

Le taureau pesait plus de trois cents livres de puissance dense.

Nautið vó meira en þrjú hundruð pund af þéttri afli.

Il avait vécu longtemps et s'était battu avec acharnement dans un monde de luttes.

Hann hafði lifað lengi og barist hart í heimi baráttunnar.

Mais maintenant, à la fin, la mort venait d'une bête bien en dessous de lui.

En nú, að lokum, kom dauðinn frá skepnu langt fyrir neðar honum.

La tête de Buck n'atteignait même pas les énormes genoux noueux du taureau.

Höfuð Bucks náði ekki einu sinni upp að risavaxnum, hnjánum á nautinu.

À partir de ce moment, Buck resta avec le taureau nuit et jour.

Frá þeirri stundu var Buck hjá nautinu dag og nótt.

Il ne lui a jamais laissé de repos, ne lui a jamais permis de brouter ou de boire.

Hann gaf honum aldrei hvíld, leyfði honum aldrei að beita mat eða drekka.

Le taureau a essayé de manger de jeunes pousses de bouleau et des feuilles de saule.

Nautið reyndi að éta unga birkisprota og víðilauf.

Mais Buck le repoussa, toujours alerte et toujours attaquant.

En Buck rak hann í burtu, alltaf vakandi og alltaf að ráðast á.

Même dans les ruisseaux qui ruisselaient, Buck bloquait toute tentative assoiffée.

Jafnvel við síandi læki kom Buck í veg fyrir allar þyrstar tilraunir.

Parfois, par désespoir, le taureau s'enfuyait à toute vitesse.

Stundum, í örvæntingu, flúði nautið á fullum hraða.

Buck le laissa courir, galopant calmement juste derrière, jamais très loin.

Buck lét hann hlaupa, skokkaði rólega rétt á eftir honum, aldrei langt í burtu.

Lorsque l'élan s'arrêta, Buck s'allongea, mais resta prêt.

Þegar elgurinn nam staðar lagðist Buck niður en var reiðubúinn.

Si le taureau essayait de manger ou de boire, Buck frappait avec une fureur totale.

Ef nautið reyndi að borða eða drekka, þá sló Buck til af allri sinni heift.

La grosse tête du taureau s'affaissait sous ses vastes bois.

Stóri höfuð nautsins laut lægra undir víðáttumiklum hornunum.

Son rythme ralentit, le trot devint lourd, une marche trébuchante.

Hann hægði á sér, skokkið varð þungt; stamandi skref.

Il restait souvent immobile, les oreilles tombantes et le nez au sol.

Hann stóð oft kyrr með niðurbeygð eyru og nefið niður að jörðinni.

Pendant ces moments-là, Buck prenait le temps de boire et de se reposer.

Á þessum stundum gaf Buck sér tíma til að drekka og hvíla sig.

La langue tirée, les yeux fixés, Buck sentait que la terre était en train de changer.

Með tunguna úti, augun föst, fann Buck að landið var að breytast.

Il sentit quelque chose de nouveau se déplacer dans la forêt et dans le ciel.

Hann fann eitthvað nýtt hreyfast um skóginn og himininn.

Avec le retour des orignaux, d'autres créatures sauvages ont fait de même.

Þegar elgarnir komu aftur, gerðu aðrar dýr úr náttúrunni það líka.

La terre semblait vivante, avec une présence invisible mais fortement connue.

Landið fannst lifandi með nærveru, óséð en sterklega þekkt.

Ce n'était ni par l'ouïe, ni par la vue, ni par l'odorat que Buck le savait.

Það var hvorki með hljóði, sjón né lykt sem Buck vissi þetta.

Un sentiment plus profond lui disait que de nouvelles forces étaient en mouvement.

Dýpri tilfinning sagði honum að nýir kraftar væru á ferðinni.

Une vie étrange s'agitait dans les bois et le long des ruisseaux.

Undarlegt líf hrærðist í skóginum og meðfram lækjunum.

Il a décidé d'explorer cet esprit, une fois la chasse terminée.

Hann ákvað að kanna þennan anda eftir að veiðinni væri lokið.

Le quatrième jour, Buck a finalement abattu l'élan.

Á fjórða degi náði Buck loksins að fella elginn.

Il est resté près de la proie pendant une journée et une nuit entières, se nourrissant et se reposant.

Hann dvaldi við drápsveininn allan daginn og nóttina, át og hvíldi sig.

Il mangea, puis dormit, puis mangea à nouveau, jusqu'à ce qu'il soit fort et rassasié.

Hann át, svaf svo og át svo aftur, þar til hann var orðinn sterkur og saddur.

Lorsqu'il fut prêt, il retourna vers le camp et Thornton.

Þegar hann var tilbúinn sneri hann sér aftur í átt að tjaldbúðunum og Thornton.

D'un pas régulier, il commença le long voyage de retour vers la maison.

Með jöfnum hraða hóf hann hina löngu heimferð.

Il courait d'un pas infatigable, heure après heure, sans jamais s'égarer.

Hann hljóp óþreytandi, klukkustund eftir klukkustund, án þess að villast eitt einasta sinn.

À travers des terres inconnues, il se déplaçait droit comme l'aiguille d'une boussole.

Um óþekkt lönd ferðaðist hann eins og áttavita.

Son sens de l'orientation faisait paraître l'homme et la carte faibles en comparaison.

Stefnuskyn hans lét mann og kort virðast veik í samanburði.

Tandis que Buck courait, il sentait plus fortement l'agitation dans la terre sauvage.

Þegar Buck hljóp, fann hann enn sterkar fyrir óróanum í óbyggðunum.

C'était un nouveau genre de vie, différent de celui des mois calmes de l'été.

Þetta var ný tegund lífs, ólíkt því sem var á kyrrlátu sumarmánuðunum.

Ce sentiment n'était plus un message subtil ou distant.

Þessi tilfinning kom ekki lengur sem lúmsk eða fjarlæg skilaboð.

Maintenant, les oiseaux parlaient de cette vie et les écureuils en bavardaient.

Nú töluðu fuglarnir um þetta líf og íkornarnir spjölluðu um það.

Même la brise murmurait des avertissements à travers les arbres silencieux.

Jafnvel gola hvíslaði viðvörunum í gegnum þöglu trén.

Il s'arrêta à plusieurs reprises et respira l'air frais du matin.

Nokkrum sinnum stoppaði hann og innsveigði ferska morgunloftið.

Il y lut un message qui le fit bondir plus vite en avant.

Hann las þar skilaboð sem fengu hann til að stökkva hraðar áfram.

Un lourd sentiment de danger l'envahit, comme si quelque chose s'était mal passé.

Þung hættutilfinning fyllti hann, eins og eitthvað hefði farið úrskeiðis.

Il craignait qu'une catastrophe ne se produise – ou ne soit déjà arrivée.

Hann óttaðist að ógæfa væri í nánd – eða væri þegar komin.

Il franchit la dernière crête et entra dans la vallée en contrebas.

Hann fór yfir síðasta hrygginn og inn í dalinn fyrir neðan.

Il se déplaçait plus lentement, alerte et prudent à chaque pas.

Hann gekk hægar, varkárari og varkárari með hverju skrefi.

À trois milles de là, il trouva une piste fraîche qui le fit se raidir.

Þremur mílum í burtu fann hann nýja slóð sem stirðnaði upp í honum.

Les cheveux le long de son cou ondulaient et se hérissaient d'alarme.

Hárið á hálsi hans rigndi og þyrptist af ótta.

Le sentier menait directement au camp où Thornton attendait.

Göngustígurinn lá beint að tjaldbúðunum þar sem Thornton beið.

Buck se déplaçait désormais plus rapidement, sa foulée à la fois silencieuse et rapide.

Buck hreyfði sig hraðar nú, skref hans bæði hljóðlát og hröð.

Ses nerfs se sont resserrés lorsqu'il a lu des signes que d'autres allaient manquer.

Taugar hans hertust þegar hann las merki um að aðrir myndu missa af.

Chaque détail du sentier racontait une histoire, sauf le dernier morceau.

Hvert smáatriði í slóðinni sagði sögu — nema síðasti hlutinn.

Son nez lui parlait de la vie qui s'était déroulée ici.

Nefið hans sagði honum frá lífinu sem hafði liðið á þennan hátt.

L'odeur lui donnait une image changeante alors qu'il le suivait de près.

Ilmurinn gaf honum breytilega mynd er hann fylgdi fast á eftir.

Mais la forêt elle-même était devenue silencieuse, anormalement immobile.

En skógurinn sjálfur hafði orðið hljótt; óeðlilega kyrrlátur.

Les oiseaux avaient disparu, les écureuils étaient cachés, silencieux et immobiles.

Fuglar voru horfnir, íkornar voru faldir, þöglir og kyrrlátir.

Il n'a vu qu'un seul écureuil gris, allongé sur un arbre mort.

Hann sá aðeins eina gráa íkorna, flata á dauðu tré.

L'écureuil se fondait dans la masse, raide et immobile comme une partie de la forêt.

Íkorninn blandaðist við, stífur og hreyfingarlaus eins og hluti af skóginum.

Buck se déplaçait comme une ombre, silencieux et sûr à travers les arbres.

Buck hreyfði sig eins og skuggi, þögull og öruggur milli trjánna.

Son nez se souleva sur le côté comme s'il était tiré par une main invisible.

Nef hans kipptist til hliðar eins og ósýnileg hönd hefði togað í hann.

Il se retourna et suivit la nouvelle odeur jusqu'au plus profond d'un fourré.

Hann sneri sér við og fylgdi nýja lyktinni djúpt inn í runnann.

Là, il trouva Nig, étendu mort, transpercé par une flèche.

Þar fann hann Nig, liggjandi látinn, stunginn í gegn af ör.

La flèche traversa son corps, laissant encore apparaître ses plumes.

Skaftið fór í gegnum líkama hans, fjaðrirnar enn sjáanlegar.

Nig s'était traîné jusqu'ici, mais il était mort avant d'avoir pu obtenir de l'aide.

Nig hafði dregið sig þangað en lést áður en hann náði til hjálpar.

Une centaine de mètres plus loin, Buck trouva un autre chien de traîneau.

Hundrað metrum lengra fann Buck annan sleðahund.

C'était un chien que Thornton avait racheté à Dawson City.

Þetta var hundur sem Thornton hafði keypt heima í Dawson City.

Le chien était en proie à une lutte à mort, se débattant violemment sur le sentier.

Hundurinn var í dauðabaráttu, þrýstist hart á slóðina.

Buck le contourna sans s'arrêter, les yeux fixés devant lui.

Buck gekk fram hjá honum, stoppaði ekki, augun beint fram fyrir sig.

Du côté du camp venait un chant lointain et rythmé.

Frá búðunum barst fjarlægur, taktfastur söngur.

Les voix s'élevaient et retombaient sur un ton étrange, inquiétant et chantant.

Raddir hækkaði og lækkaði í undarlegum, óhugnanlegum, syngjandi tón.

Buck rampa jusqu'au bord de la clairière en silence.

Buck skreið þegjandi fram að brún skógarins.

Là, il vit Hans étendu face contre terre, percé de nombreuses flèches.

Þar sá hann Hans liggja á grúfu, stunginn af mörgum örvum.

Son corps ressemblait à celui d'un porc-épic, hérissé de plumes.

Líkami hans leit út eins og broddgeltur, þöktur fjaðruðum skaftum.

Au même moment, Buck regarda vers le pavillon en ruine.

Á sama augnabliki leit Buck í átt að rústunum í skálanum.

Cette vue lui fit dresser les cheveux sur la nuque et les épaules.

Sjónin stirðnaði hárið á hálsi hans og öxlum.

Une tempête de rage sauvage parcourut tout le corps de Buck.

Stormur af villimannlegri reiði gekk um allan líkama Bucks.

Il grogna à haute voix, même s'il ne savait pas qu'il l'avait fait.

Hann urraði hátt, þótt hann vissi ekki að hann hefði gert það.

Le son était brut, rempli d'une fureur terrifiante et sauvage.

Hljóðið var hrátt, fullt af ógnvekjandi, grimmilegri reiði.

Pour la dernière fois de sa vie, Buck a perdu la raison au profit de l'émotion.

Í síðasta sinn á ævinni missti Buck skynsemina fyrir tilfinningum.

C'est l'amour pour John Thornton qui a brisé son contrôle minutieux.

Það var ástin til John Thornton sem rauf vandlega stjórn hans.

Les Yeehats dansaient autour de la hutte en épicéa détruite.

Yeehat-fjölskyldan var að dansa í kringum hrunda grenihúsið.

Puis un rugissement retentit et une bête inconnue chargea vers eux.

Þá heyrðist öskur — og óþekkt skepna réðst á þau.

C'était Buck ; une fureur en mouvement ; une tempête vivante de vengeance.

Það var Buck; heift í hreyfingu; lifandi hefndarstormur.

Il se jeta au milieu d'eux, fou du besoin de tuer.

Hann kastaði sér inn á meðal þeirra, brjálaður af þörf til að drepa.

Il sauta sur le premier homme, le chef Yeehat, et frappa juste.

Hann stökk á fyrsta manninn, höfðingjann Yeehat, og sló til.

Sa gorge fut déchirée et du sang jaillit à flots.

Háls hans var rifinn opinn og blóð spúaði í læk.

Buck ne s'arrêta pas, mais déchira la gorge de l'homme suivant d'un seul bond.

Buck stoppaði ekki, heldur reif næsta mann í háls með einu stökki.

Il était inarrêtable : il déchirait, taillait, ne s'arrêtait jamais pour se reposer.

Hann var óstöðvandi — reif, hjó, stoppaði aldrei til að hvíla sig.

Il s'élança et bondit si vite que leurs flèches ne purent l'atteindre.

Hann þaut og stökk svo hratt að örvar þeirra náðu ekki til hans.

Les Yeehats étaient pris dans leur propre panique et confusion.

Yeehat-fjölskyldan var föst í eigin ótta og rugli.

Leurs flèches manquèrent Buck et se frappèrent l'une l'autre à la place.

Örvar þeirra hittu hvor aðra í staðinn, misstu af Buck.

Un jeune homme a lancé une lance sur Buck et a touché un autre homme.

Einn unglingur kastaði spjóti að Buck og hitti annan mann.

La lance lui transperça la poitrine, la pointe lui transperçant le dos.

Spjótið stakk í gegnum brjóst hans, oddurinn stakk út úr bakinu.

La terreur s'empara des Yeehats et ils se mirent en retraite.

Skelfing greip Yeehat-ættina og þeir hörfuðu algerlega.

Ils crièrent à l'Esprit Maléfique et s'enfuirent dans les ombres de la forêt.

Þau öskruðu af illum anda og flúðu inn í skuggana í skóginum.

Vraiment, Buck était comme un démon alors qu'il poursuivait les Yeehats.

Buck var sannarlega eins og djöfull er hann elti Yeehat-fjölskylduna uppi.

Il les poursuivit à travers la forêt, les faisant tomber comme des cerfs.

Hann elti þá gegnum skóginn og felldi þá eins og hreindýr.

Ce fut un jour de destin et de terreur pour les Yeehats effrayés.

Þetta varð dagur örlaga og skelfingar fyrir hina hræddu Yeehats.

Ils se dispersèrent à travers le pays, fuyant au loin dans toutes les directions.

Þeir dreifðust um landið og flýðu langt í allar áttir.

Une semaine entière s'est écoulée avant que les derniers survivants ne se retrouvent dans une vallée.

Heil vika leið áður en síðustu eftirlifendurnir hittust í dal.

Ce n'est qu'alors qu'ils ont compté leurs pertes et parlé de ce qui s'était passé.

Þá fyrst töldu þau tap sitt og ræddu um það sem hafði gerst.

Buck, après s'être lassé de la chasse, retourna au camp en ruine.

Eftir að Buck var orðinn þreyttur á eltingarleiknum sneri hann aftur til rústanna í búðunum.

Il a trouvé Pete, toujours dans ses couvertures, tué lors de la première attaque.

Hann fann Pete, enn í teppunum sínum, látinn í fyrstu árásinni.

Les signes du dernier combat de Thornton étaient marqués dans la terre à proximité.

Merki um síðustu baráttu Thorntons voru merkt í moldinni í nágrenninu.

Buck a suivi chaque trace, reniflant chaque marque jusqu'à un point final.

Buck fylgdi hverju slóð og þefaði af hverju merki að lokum.

Au bord d'un bassin profond, il trouva le fidèle Skeet, allongé immobile.

Á barmi djúps polls fann hann trúfasta Skeet, liggjandi kyrr.

La tête et les pattes avant de Skeet étaient dans l'eau, immobiles dans la mort.

Höfuð og framloppar Skeet voru í vatninu, hreyfingarlaus í dauða sínum.

La piscine était boueuse et contaminée par les eaux de ruissellement provenant des écluses.

Sundlaugin var drullug og menguð af afrennsli úr rennslukössunum.

Sa surface nuageuse cachait ce qui se trouvait en dessous, mais Buck connaissait la vérité.

Skýjað yfirborð þess huldi það sem lá undir, en Buck vissi sannleikann.

Il a suivi l'odeur de Thornton dans la piscine, mais l'odeur ne menait nulle part ailleurs.

Hann rakti lyktina af Thornton ofan í laugina — en lyktin leiddi hvergi annars staðar.

Aucune odeur ne menait à l'extérieur, seulement le silence des eaux profondes.

Enginn lykt leiddi út — aðeins þögn djúps vatns.

Toute la journée, Buck resta près de la piscine, arpentant le camp avec chagrin.

Allan daginn dvaldi Buck við tjörnina og gekk sorgmæddur um búðirnar.

Il errait sans cesse ou restait assis, immobile, perdu dans ses pensées.

Hann reikaði órólegur eða sat kyrr, niðursokkinn í þungar hugsanir.

Il connaissait la mort, la fin de la vie, la disparition de tout mouvement.

Hann þekkti dauðann; endi lífsins; hvarf allrar hreyfingar.

Il comprit que John Thornton était parti et ne reviendrait jamais.

Hann skildi að John Thornton væri farinn og myndi aldrei koma aftur.

La perte a laissé en lui un vide qui palpitait comme la faim.

Tapið skildi eftir tómarúm í honum sem pulsaði eins og hungur.

Mais c'était une faim que la nourriture ne pouvait apaiser, peu importe la quantité qu'il mangeait.

En þetta var hungur sem matur gat ekki seðjað, sama hversu mikið hann borðaði.

Parfois, alors qu'il regardait les Yeehats morts, la douleur s'estompait.

Stundum, þegar hann horfði á dauða Yeehat-ana, dofnaði sársaukinn.

Et puis une étrange fierté monta en lui, féroce et complète.

Og þá reis upp undarlegur stolt innra með honum, grimmur og algjör.

Il avait tué l'homme, le gibier le plus élevé et le plus dangereux de tous.

Hann hafði drepið manninn, hæsta og hættulegasta leikur allra.

Il avait tué au mépris de l'ancienne loi du gourdin et des crocs.

Hann hafði drepið í trássi við hina fornu lög um kylfu og vígtennur.

Buck renifla leurs corps sans vie, curieux et pensif.
Buck þefaði af líflausum líkömum þeirra, forvitinn og hugsi.
Ils étaient morts si facilement, bien plus facilement qu'un husky dans un combat.
Þau höfðu dáið svo auðveldlega — miklu auðveldara en huskyhundur í bardaga.
Sans leurs armes, ils n'avaient aucune véritable force ni menace.
Án vopna sinna höfðu þeir hvorki raunverulegan styrk né ógn.
Buck n'aurait plus jamais peur d'eux, à moins qu'ils ne soient armés.
Buck myndi aldrei óttast þá framar, nema þeir væru vopnaðir.
Ce n'est que lorsqu'ils portaient des gourdins, des lances ou des flèches qu'il se méfiait.
Aðeins þegar þeir báru kylfur, spjót eða örvar myndi hann varast.

La nuit tomba et une pleine lune se leva au-dessus de la cime des arbres.
Nóttin skall á og fullt tungl reis hátt yfir trjátoppana.
La pâle lumière de la lune baignait la terre d'une douce lueur fantomatique, comme le jour.
Dauft tunglsljós baðaði landið mjúkum, draugalegum ljóma eins og dagur.
Alors que la nuit s'approfondissait, Buck pleurait toujours au bord de la piscine silencieuse.
Þegar nóttin dýpri syrgði Buck enn við kyrrláta tjörnina.
Puis il prit conscience d'un autre mouvement dans la forêt.
Þá varð hann var við aðra hræringu í skóginum.
L'agitation ne venait pas des Yeehats, mais de quelque chose de plus ancien et de plus profond.
Hræringin kom ekki frá Yeehat-fjölskyldunni, heldur frá einhverju eldra og dýpra.
Il se leva, les oreilles dressées, le nez testant la brise avec précaution.
Hann stóð upp, lyfti eyrum og rannsakaði gola vandlega.

De loin, un cri faible et aigu perça le silence.

Langt í burtu heyrðist dauft, hvasst öskur sem rauf þögnina.

Puis un chœur de cris similaires suivit de près le premier.

Þá fylgdi kór af svipuðum ópum rétt á eftir þeim fyrsta.

Le bruit se rapprochait, devenant plus fort à chaque instant qui passait.

Hljóðið nálgaðist og varð háværara með hverri stund sem leið.

Buck connaissait ce cri : il venait de cet autre monde dans sa mémoire.

Buck þekkti þetta óp – það kom úr þeim öðrum heimi í minningunni hans.

Il se dirigea vers le centre de l'espace ouvert et écouta attentivement.

Hann gekk að miðju opna rýmisins og hlustaði vandlega.

L'appel retentit, multiple et plus puissant que jamais.

Kallið hljómaði, margnefnd og kröftugra en nokkru sinni fyrr.

Et maintenant, plus que jamais, Buck était prêt à répondre à son appel.

Og nú, meira en nokkru sinni fyrr, var Buck tilbúinn að svara kalli hans.

John Thornton était mort et il ne lui restait plus aucun lien avec l'homme.

John Thornton var dáinn og engin tengsl við manninn voru enn til staðar í honum.

L'homme et toutes ses prétentions avaient disparu : il était enfin libre.

Maðurinn og allar kröfur mannsins voru horfnar — hann var loksins frjáls.

La meute de loups chassait de la viande comme les Yeehats l'avaient fait autrefois.

Úlfahópurinn var að elta kjöt eins og Yeehat-fjölskyldan hafði einu sinni gert.

Ils avaient suivi les orignaux depuis les terres boisées.

Þeir höfðu elt elgi niður af skógi vöxnum löndum.

Maintenant, sauvages et affamés de proies, ils traversèrent sa vallée.

Nú, villtir og hungraðir í bráð, fóru þeir yfir í dalinn hans.

Ils arrivèrent dans la clairière éclairée par la lune, coulant comme de l'eau argentée.

Inn í tunglsbirtu skógarrjóðrið komu þau, runnu eins og silfurvatn.

Buck se tenait immobile au centre, les attendant.

Buck stóð kyrr í miðjunni, hreyfingarlaus og beið eftir þeim.

Sa présence calme et imposante a stupéfié la meute et l'a plongée dans un bref silence.

Róleg og stórfengleg nærvera hans skelfdi hópinn og þagnaði stuttlega.

Alors le loup le plus audacieux sauta droit sur lui sans hésitation.

Þá stökk djarfasti úlfurinn beint á hann án þess að hika.

Buck frappa vite et brisa le cou du loup d'un seul coup.

Buck hjó til og braut hálsinn á úlfinum í einu höggi.

Il resta immobile à nouveau tandis que le loup mourant se tordait derrière lui.

Hann stóð hreyfingarlaus aftur á meðan deyjandi úlfurinn sneri sér við á eftir honum.

Trois autres loups ont attaqué rapidement, l'un après l'autre.

Þrír úlfar til viðbótar réðust hratt á, hver á eftir öðrum.

Chacun d'eux s'est retiré en sang, la gorge ou les épaules tranchées.

Hver þeirra hörfaði blæðandi, með háls eða axlir skornar í sundur.

Cela a suffi à déclencher une charge sauvage de toute la meute.

Það var nóg til að koma öllum hópnum í villta sókn.

Ils se précipitèrent ensemble, trop impatients et trop nombreux pour bien frapper.

Þau þustu inn saman, of áköf og troðfull til að geta ráðist vel til.

La vitesse et l'habileté de Buck lui ont permis de rester en tête de l'attaque.

Hraði og færni Bucks gerði honum kleift að vera á undan sókninni.

Il tournait sur ses pattes arrière, claquant et frappant dans toutes les directions.

Hann sneri sér á afturfótunum, snarlaði og sló í allar áttir.

Pour les loups, cela donnait l'impression que sa défense ne s'était jamais ouverte ou n'avait jamais faibli.

Úlfunum fannst eins og vörn hans hefði aldrei opnast eða bilað.

Il s'est retourné et a frappé si vite qu'ils ne pouvaient pas passer derrière lui.

Hann sneri sér við og hjó svo hratt að þeir komust ekki á eftir honum.

Néanmoins, leur nombre l'obligea à céder du terrain et à reculer.

Engu að síður neyddi fjöldi þeirra hann til að gefa eftir og hörfa.

Il passa devant la piscine et descendit dans le lit rocheux du ruisseau.

Hann gekk fram hjá tjörninni og niður í grýtta lækjarfarveginn.

Là, il se heurta à un talus abrupt de gravier et de terre.

Þar rakst hann á bratta bakka úr möl og mold.

Il s'est retrouvé coincé dans un coin coupé lors des fouilles des mineurs.

Hann lenti í horni sem námuverkamennirnir höfðu skorið við gamla gröft.

Désormais protégé sur trois côtés, Buck ne faisait face qu'au loup de devant.

Nú, varinn á þremur hliðum, stóð Buck aðeins frammi fyrir úlfinum sem var fremst.

Là, il se tenait à distance, prêt pour la prochaine vague d'assaut.

Þar stóð hann í skefjum, tilbúinn fyrir næstu árásarbylgju.

Buck a tenu bon si farouchement que les loups ont reculé.

Buck hélt svo fast á sínu að úlfarnir hörfuðu.

Au bout d'une demi-heure, ils étaient épuisés et visiblement vaincus.

Eftir hálftíma voru þeir orðnir þreyttir og greinilega sigraðir.

Leurs langues pendaient, leurs crocs blancs brillaient au clair de lune.

Tungur þeirra héngu út, hvítar vígtennur þeirra glitruðu í tunglsljósinu.

Certains loups se sont couchés, la tête levée, les oreilles dressées vers Buck.

Nokkrir úlfar lögðust niður, höfðum lyft og eyrum spýtt í átt að Buck.

D'autres restaient immobiles, vigilants et observant chacun de ses mouvements.

Aðrir stóðu kyrrir, vakandi og fylgdust með hverri hreyfingu hans.

Quelques-uns se sont dirigés vers la piscine et ont bu de l'eau froide.

Nokkrir gengu að sundlauginni og drukku kalt vatn.

Puis un loup gris, long et maigre, s'avança doucement.

Þá læddist einn langur, grannur grár úlfur fram á blíðlegan hátt.

Buck le reconnut : c'était le frère sauvage de tout à l'heure.

Buck þekkti hann — það var villibróðirinn frá fyrri tíð.

Le loup gris gémit doucement, et Buck répondit par un gémissement.

Grái úlfurinn kveinaði lágt og Buck svaraði með kveini.

Ils se touchèrent le nez, tranquillement et sans menace ni peur.

Þau snertu nef hvors annars, hljóðlega og án ógnunar eða ótta.

Ensuite est arrivé un loup plus âgé, maigre et marqué par de nombreuses batailles.

Næst kom eldri úlfur, magur og örmerktur eftir margar bardaga.

Buck commença à grogner, mais s'arrêta et renifla le nez du vieux loup.

Buck fór að urra, en þagnaði og þefaði af trýni gamla úlfsins.

Le vieux s'assit, leva le nez et hurla à la lune.

Sá gamli settist niður, lyfti nefinu og ýlfraði til tunglsins.

Le reste de la meute s'assit et se joignit au long hurlement.

Restin af hópnum settist niður og tóku þátt í löngu úlfunum.

Et maintenant, l'appel est venu à Buck, indubitable et fort.
Og nú barst kallið til Bucks, óyggjandi og sterkt.
Il s'assit, leva la tête et hurla avec les autres.
Hann settist niður, lyfti höfðinu og öskraði með hinum.
Lorsque les hurlements ont cessé, Buck est sorti de son abri rocheux.
Þegar úlfurinn hætti steig Buck út úr grjótskýlinu sínu.
La meute se referma autour de lui, reniflant à la fois gentiment et avec prudence.
Hópurinn lokaðist um hann og þefaði bæði vingjarnlega og varlega.
Les chefs ont alors poussé un cri et se sont précipités dans la forêt.
Þá æptu leiðtogarnir og hlupu af stað inn í skóginn.
Les autres loups suivirent, hurlant en chœur, sauvages et rapides dans la nuit.
Hinir úlfarnir fylgdu á eftir, æpandi í kór, villtir og hraðir í nóttinni.
Buck courait avec eux, à côté de son frère sauvage, hurlant en courant.
Buck hljóp með þeim, við hlið villta bróður síns, ýlfrandi á hlaupum.

Ici, l'histoire de Buck fait bien de se terminer.
Hér á sagan um Buck vel við að líða undir lok.
Dans les années qui suivirent, les Yeehats remarquèrent d'étranges loups.
Á árunum sem fylgdu tóku Yeehat-hjónin eftir undarlegum úlfum.
Certains avaient du brun sur la tête et le museau, du blanc sur la poitrine.
Sumir voru brúnir á höfði og trýni, hvítir á bringu.
Mais plus encore, ils craignaient une silhouette fantomatique parmi les loups.
En enn meira óttuðust þeir draugalega veru meðal úlfanna.
Ils parlaient à voix basse du Chien Fantôme, chef de la meute.

Þau töluðu í hvísli um Draugahundinn, leiðtoga hópsins.

Ce chien fantôme était plus rusé que le plus audacieux des chasseurs Yeehat.

Þessi Draugahundur var lævísari en djarfasti Yeehat-veiðimaðurinn.

Le chien fantôme a volé dans les camps en plein hiver et a déchiré leurs pièges.

Draugahundurinn stal úr búðum í hávetri og reif gildrurnar þeirra í sundur.

Le chien fantôme a tué leurs chiens et a échappé à leurs flèches sans laisser de trace.

Draugahundurinn drap hundana þeirra og slapp sporlaust undan örvum þeirra.

Même leurs guerriers les plus courageux craignaient d'affronter cet esprit sauvage.

Jafnvel hugrökkustu stríðsmenn þeirra óttuðust að horfast í augu við þennan villta anda.

Non, l'histoire devient encore plus sombre à mesure que les années passent dans la nature.

Nei, sagan verður enn myrkri eftir því sem árin líða í óbyggðunum.

Certains chasseurs disparaissent et ne reviennent jamais dans leurs camps éloignés.

Sumir veiðimenn hverfa og snúa aldrei aftur í fjarlægar búðir sínar.

D'autres sont retrouvés la gorge arrachée, tués dans la neige.

Aðrir finnast rifnir í háls, drepnir í snjónum.

Autour de leur corps se trouvent des traces plus grandes que celles que n'importe quel loup pourrait laisser.

Í kringum líkama þeirra eru spor — stærri en nokkur úlfur gæti gert.

Chaque automne, les Yeehats suivent la piste de l'élan.

Á hverju hausti fylgja Yeehats slóð elgsins.

Mais ils évitent une vallée avec la peur profondément gravée dans leur cœur.

En þau forðast einn dal með ótta djúpt grafinn í hjörtum sínum.

Ils disent que la vallée a été choisie par l'Esprit du Mal pour y vivre.

Þeir segja að dalurinn hafi verið valinn af Illi andanum sem heimili sitt.

Et quand l'histoire est racontée, certaines femmes pleurent près du feu.

Og þegar sagan er sögð gráta sumar konur við eldinn.

Mais en été, un visiteur vient dans cette vallée tranquille et sacrée.

En á sumrin kemur einn gestur í þennan kyrrláta, helga dal.

Les Yeehats ne le connaissent pas et ne peuvent pas le comprendre.

Yeehat-fjölskyldan veit ekki af honum, né skilur hann.

Le loup est un grand loup, revêtu de gloire, comme aucun autre de son espèce.

Úlfurinn er mikill úlfur, þakinn dýrð, ólíkur öllum öðrum sinnar tegundar.

Lui seul traverse le bois vert et entre dans la clairière de la forêt.

Hann einn fer yfir græna trjánna og inn í skógarrjóðrið.

Là, la poussière dorée des sacs en peau d'élan s'infiltre dans le sol.

Þar síast gullið ryk úr elgskinnasekkjum niður í jarðveginn.

L'herbe et les vieilles feuilles ont caché le jaune du soleil.

Gras og gömul lauf hafa hulið gulu litinn fyrir sólinni.

Ici, le loup se tient en silence, réfléchissant et se souvenant.

Hér stendur úlfurinn þögull, hugsar og minnist.

Il hurle une fois, longuement et tristement, avant de se retourner pour partir.

Hann ýlfrar einu sinni – langt og dapurlegt – áður en hann snýr sér við til að fara.

Mais il n'est pas toujours seul au pays du froid et de la neige.

Samt er hann ekki alltaf einn í landi kuldans og snjósins.

Quand les longues nuits d'hiver descendent sur les basses vallées.

Þegar langar vetrarnætur leggjast yfir neðri dali.

Quand les loups suivent le gibier à travers le clair de lune et le gel.

Þegar úlfarnir elta villidýrin í tunglsljósi og frosti.

Puis il court en tête du peloton, sautant haut et sauvagement.

Svo hleypur hann fremstur í flokknum, hoppar hátt og villt.

Sa silhouette domine les autres, sa gorge est animée par le chant.

Lögun hans gnæfir yfir hinum, hálsinn lifir af söng.

C'est le chant du monde plus jeune, la voix de la meute.

Þetta er söngur yngri heimsins, rödd hópsins.

Il chante en courant, fort, libre et toujours sauvage.

Hann syngur á meðan hann hleypur – sterkur, frjáls og eilíflega villtur.